സുറാബ്

കാസർകോട് ജില്ലയിൽ നീലേശ്വരം സ്വദേശി. ശരിയായ പേര് അബൂബക്കർ അഹമ്മദ്. ഉപ്പ: കുണ്ടംകടവത്ത് അഹമ്മദ്, ഉമ്മ: നാലുപുരപ്പാട്ടിൽ ആയിഷ. (രണ്ടുപേരും ജീവിച്ചിരിപ്പില്ല)

കഴിഞ്ഞ നാൽപ്പതുവർഷം പ്രവാസത്തിലായിരുന്നു, ഷാർജ ജലസേചന വകുപ്പിൽ. ആനുകാലികങ്ങളിൽ കഥ, കവിത, നോവൽ, ജീവിതം എഴുതുന്നു. നാൽപ്പതിലേറെ പുസ്തകങ്ങൾ പ്രസിദ്ധീകരിച്ചു. സിനിമയ്ക്ക് (അരയാക്കടെവിൽ) പാട്ടെഴുതി. പൂർണ്ണമായും ഗൾഫിൽനിന്നു ചിത്രീകരിച്ച മെഗാസീരിയലിനു (മണൽ നഗരം) തിരക്കഥ എഴുതി. കവിതയ്ക്കു മഹാകവി കുട്ടമത്ത് അവാർഡ്, മലയാള മനോരമ യുവ അവാർഡ്, കഥയ്ക്ക് കമലാസുരയ്യ അവാർഡ്, നോവലിന് കൈരളി ബുക്സ് അവാർഡ്, തിരക്കഥയ്ക്ക് ചിത്രഭൂമി സെവൻ ആർട്ട്സ് അവാർഡ്, പബ്ലിക് സർവന്റ്സ് സഹകരണസംഘത്തിന്റെ പബ്ലിക് സർവന്റ്സ് സാഹിത്യ അവാർഡ് ലഭിച്ചു. എഴുത്തും വായനയുമായി ബേക്കൽ ഉസ്മാനിയ നഗറിൽ താമസിക്കുന്നു.

ഭാര്യ: ഖൈറുന്നിസ. മക്കൾ: സവാദ്, സജാദ്, ഫിദ.

വിലാസം: ഹസ്ബിറബ്ബി, ബേക്കൽകോട്ട. പി.ഒ. കാസർകോട് - 671316.
ഫോൺ : 8281349064, ഇ മെയിൽ: surab@ymail.com.

Malayalam Language
Chanjupeyyunna Ormakal
(Memories)
by
Surab

♦

Published in October 2022
by Kairali Books Private Limited
Thalikkavu Road, Kannur.
Ph : 0497-2761200
E-Mail : kairalibooksknr@gmail.com

♦

Cover Painting
Hussain Kotharath

♦

Cover Design
Sandeep eye view

♦

Back Cover Photo
Nabin Odayanchal

50/22-23/Sl.No.1355/300/NS 18.6
ISBN 978-93-94472-07-5

ചാഞ്ഞുപെയ്യുന്ന ഓർമ്മകൾ

സുറാബ്

കൈരളി ബുക്സ്

എനിക്കും കേരളത്തിനും ഏകദേശം ഒരേ പ്രായമാണ്. ഞാൻ 1955 ലും കേരളം 1956 ലുമാണ് ഉണ്ടായത്. ഇതിൽ ആരാണ് എളുപ്പം വയസ്സായിപ്പോയത്?

ചെറുപ്പത്തിലേ നാടും വീടും വിട്ടു. ജീവിക്കാൻ പല ഭാഷകളും പഠിച്ചു. പലരും അന്യദേശത്ത് അന്യഭാഷ സംസാരിക്കുന്നത് ഭാഷ നന്നാക്കാൻ വേണ്ടിയല്ല. കുടുംബം നന്നാവാൻ വേണ്ടിയാണ്. അതിനിടയിൽ സ്വന്തം ഭാഷ ഹൃദയത്തിന്റെ അറയിൽ എവിടെയോ മടക്കിവെയ്ക്കുന്നു.

ജീവിതമാണ് ഏറ്റവും വലിയ സർവ്വകലാശാല. പലതും പഠിക്കും. പലതും പഠിപ്പിക്കും. എല്ലാ പാഠവും കഴിഞ്ഞ് ഒടുവിൽ തിരിച്ചെത്തിയപ്പോൾ ദേശം ചെരിഞ്ഞു നടക്കുന്നു.

എല്ലാ ഓർമ്മകളും കരഞ്ഞു പെയ്യുന്നുണ്ട്, കർക്കടകംപോലെ. ഇത് ഒരു നാടിന്റെ സംസ്കാരം. നീലേശ്വരം കലവറകൾ.

സുറാബ്

എല്ലാ നക്ഷത്രങ്ങളെയും നമുക്ക് മനസ്സിലാവില്ല.
അതുപോലെ എല്ലാ വികാരങ്ങൾക്കും വാക്കുകളും കിട്ടില്ല.

- ഓർഹൻ പാമുക്ക്

ഓർമ്മയുടെ വേരുകൾ

ഡോ.മഞ്ജുള.പി

കാലത്തെ മനസ്സിൽ ഒതുക്കി നടക്കുന്ന സഞ്ചാരിയാണ് ഈ എഴുത്തുകാരൻ. 'ഞാൻ ആര്' എന്ന ദാർശനിക സ്വത്വത്തെ തിരയുന്ന സഞ്ചാരി. കലയോടും സാഹിത്യത്തോടും സിനിമയോടും അതിലുപരി പച്ചമനുഷ്യരോടും ആഭിമുഖ്യമുള്ള, ഓർമ്മയുടെ വേരുകളാൽ ചുറ്റിവരിയപ്പെട്ട സുറാബ് എന്ന മനുഷ്യ സ്നേഹിയെയാണ് ഈ പുസ്തകം വരച്ചിടുന്നത്. പല കാലങ്ങളായി അദ്ദേഹം കണ്ട ജീവിതത്തിന്റെ വൈവിധ്യങ്ങൾ സ്നേഹത്തിന്റെ, വേദനയുടെ, ഹാസ്യത്തിന്റെ ചൂടിൽ ചുട്ടെടുത്ത് വിളമ്പിത്തരുമ്പോൾ രുചി ഭേദങ്ങളറിഞ്ഞ് കാല-ദേശമറിഞ്ഞ് നമ്മളും ഒപ്പം സഞ്ചരിക്കുന്നു. കെട്ടുപിണഞ്ഞു കിടക്കുന്ന ഓർമ്മയുടെ വള്ളിപ്പടർപ്പുകൾ വകഞ്ഞു മാറ്റിയുള്ള ഒരു യാത്ര...

'ഓർമ്മ' ഒരു ദേശത്തിന്റെ വാതായനമാകുന്ന കാഴ്ച്ചപ്പെടൽ കൂടിയാണിത്. കാലം തിരശ്ശീല മൂടിയ നീലേശ്വരത്തിന്റെ അകക്കാഴ്ച്ചകളിലേക്ക് തുറന്നു പിടിച്ച ഭൂതക്കണ്ണാടി. മൺമറഞ്ഞവരുടെയും ജീവിച്ചിരിക്കുന്നവരുടെയും ചിത്രങ്ങൾ സ്വജീവിതത്തോടൊപ്പം ഇരുപത്തിയഞ്ചു തലക്കെട്ടുകളിലായി തുന്നിച്ചേർത്ത് തയ്യാറാക്കിയതാണ് 'ചാഞ്ഞു പെയ്യുന്ന ഓർമ്മകൾ' എന്ന ഈ കൃതി. ചിതറിക്കിടക്കുന്ന കണ്ണാടിച്ചില്ലുപോലെ ഓരോ അധ്യായവും ജീവിതം പ്രതിഫലിപ്പിക്കുന്നു. ബാല്യ- കൗമാര - യൗവനങ്ങളുടെ കാലികമായ ക്രമം ഇതിൽ പാലിക്കപ്പെടുന്നില്ല. അത് എഴുത്തുകാരൻ സ്വീകരിച്ച ആഖ്യാന തന്ത്രമാണ്. സ്മൃതിപഥത്തിലേറി കാലം തെറ്റി സഞ്ചരിക്കാനും ആ കാലത്തെ കൃത്യമായി അടയാളപ്പെടുത്താനും അദ്ദേഹത്തിന് സാധിച്ചിട്ടുണ്ട്.

'പാതികണ്ട സിനിമയിലെ' കർത്തമ്പു വിജയലക്ഷ്മി ടാക്കീസിലെ സിനിമയ്ക്കിടയ്ക്ക് 'കുട്ടിക്കൂറ പൗഡറിന്റെയും സാരിയുടെയും പൊക്കിളിന്റെയും പരസ്യനായിക നാണിയോടൊപ്പം' വേറെ സിനിമയ്ക്ക് പോയതും, കുന്നുമ്മലമ്മ അയ്യപ്പനെന്ന ചട്ടമ്പിയെ 'അമ്പലത്തിൽ'നിന്ന് അടിച്ച് പുറത്താക്കിയതുമെല്ലാം നാട്ടിൽ സംഭവിച്ച ദാരുണമായ നർമ്മകഥകളായി ഇതിൽ വ്യാപരിക്കുന്നു.

'അടുക്കളയും പുസ്തകങ്ങളും' എന്ന അധ്യായത്തിൽ കരയേത് കടലേതെന്നു തിരിച്ചറിയാൻ പറ്റാത്ത പ്രവാസമെന്ന സഹന ജീവിതകാലത്തിലെ വെളിച്ചമായ ഉമ്മയെ വരച്ചിടുന്നു. തന്റെ മകന് ഹലുവയേക്കാൾ മധുരം പുസ്തകങ്ങളോടാണെന്നും അക്ഷരങ്ങളോടാണെന്നും തിരിച്ചറിഞ്ഞ് നാട്ടിൽ നിന്നും പോകുന്നവരുടെ കൈയിൽ പുസ്തകങ്ങൾ കൊടുത്തുവിടുന്ന ഉമ്മ ഇതിലെ വലിയ പ്രകാശമാണ്.

നീലേശ്വരത്തിന്റെ സാഹിത്യ-സാംസ്കാരിക ചലനാത്മകതയെ കൃത്യമായി അവതരിപ്പിക്കാൻ എഴുത്തുകാരന് കഴിഞ്ഞിട്ടുണ്ട്. വരക്കുന്നവരും എഴുതുന്നവരും പാടുന്നവരും അഭിനയിക്കുന്നവരും... നാടകശാലകളും വായനശാലകളും നെയ്ത്ത്ശാലകളും ബീഡിക്കമ്പനികളും സംവാദാത്മകമാക്കിയ ഒരു ദേശത്തിന്റെ ഓർമ്മകളിലേക്ക് ഊളിയിട്ടിറങ്ങുന്നു. നാടകനടി നിർമ്മലേച്ചിയും സുബൈദ നീലേശ്വരവും ഗോളിമമ്മിച്ചയും ഇ.കെ. യും രാമരം മുഹമ്മദുമെല്ലാം ചേർന്ന് ഓർമ്മയെ പങ്കിട്ടെടുക്കുന്നു.

'എന്തിനാണ് ഇത്ര പെട്ടെന്ന് ഞങ്ങൾ വളർന്നത്?' എന്ന് വേപഥു കൊള്ളുന്ന മനസ്സിൽ നിറം മങ്ങാതെ നിൽക്കുന്നത് അപ്പച്ചെണ്ടും കുട്ടിയും കോലും മാത്രമല്ല വേദനയുടെ മാരിരോഗമകറ്റാൻ വന്ന കാലഹരണപ്പെട്ടു പോയ അലാമിക്കളിയും കൂടിയാണ്. ജാതി-മത-രാഷ്ട്രീയ വിവേചനങ്ങളേറിവരുന്ന വർത്തമാനകാല പരിസരത്തു നിന്നുകൊണ്ട് ചുട്ടുപൊള്ളുന്ന മനസ്സുമായി തന്റെ ബാല്യകാലത്തിലേക്ക് തിരിഞ്ഞു നോക്കിയ എഴുത്തുകാരനെ നോക്കി ചിരിക്കുന്നത് താൻ പള്ളിയിൽ കൊണ്ടുപോയ ദേവനെന്ന കൂട്ടുകാരനാണ്. മതം മാറ്റാനോ ഹിംസിക്കാനോ ആയിരുന്നില്ല അത്. 'ദേവനെയല്ല വിഷ്ണുവിനെ കൊണ്ടുപോയാലും ആരും ഒന്നും പറയാത്ത' ആ പ്രിയപ്പെട്ട കാലത്തെയും ലോകത്തെയുമോർത്തുള്ള നെടുവീർപ്പുകൾ ഇതിൽ തെളിഞ്ഞു കേൾക്കാം.

ദീർഘമായ വിശേഷണങ്ങളോ വളച്ചുകെട്ടുകളോ ഇല്ലാതെ ഓർമ്മകളെ സർഗ്ഗാത്മകമായി പകർത്തിവയ്ക്കാൻ സുറാബിന് സാധിച്ചിട്ടുണ്ട്. സ്കൂളോർമ്മയിലെ ഉപ്പുമാവ് വിളമ്പുന്ന ശാരദേട്ടിയും ഹിന്ദി പറയുന്ന കുഞ്ഞുമ്മ അമ്മായിയും തെറിപ്പാട്ടു പാടുന്ന രാമേട്ടനും പറങ്കിമാങ്ങ വാറ്റുന്ന അമ്മിണിയും ഓർമ്മയുടെ ഇരിപ്പിടത്തിൽ നിന്നും പതിയെ വായനക്കാരനിലേക്ക് ഇറങ്ങി വരുന്നു, ചാഞ്ഞു പെയ്യുന്ന ഓർമ്മകളിൽ...

ഉള്ളടക്കം

പാതി കണ്ട സിനിമ

കുതിരയേയുംകൊണ്ട് വലിയ തൊപ്പിവെച്ച ഒരാൾ നടന്നു വരുന്നു. അയാൾ കുതിരപ്പുറത്ത് കയറുന്നില്ല. പശ്ചാത്തലത്തിൽ അതിഗംഭീര ശബ്ദം. പ്രാവുകൾ പറന്നു പോകുന്നു. തുടർന്ന് സംഭാഷണം. 'പണ്ടുള്ളതെല്ലാം എങ്ങോ പോയി മറഞ്ഞു...' സംഭാഷണം കഴിയും മുമ്പേ അയാൾ ഒരു സിഗരറ്റിന് തീ കൊളുത്തുന്നു. പ്രാവുകൾ മടങ്ങി വരുന്നു. നിറഞ്ഞ പുകയിലൂടെ അടുത്ത സംഭാഷണം. 'പാസിങ്ഷോ....'

പണ്ട് വിജയലക്ഷ്മി ടാക്കീസിൽനിന്നു കണ്ട ഒരിക്കലും മറക്കാൻ കഴിയാത്ത പാസിങ്ഷോ സിഗരറ്റിന്റെ പരസ്യം. സിനിമപോലെത്തന്നെ പണ്ടേ പരസ്യവും എന്നെ ഏറെ ആകർഷിച്ചതാണ്. നേരത്തേ ടിക്കറ്റെടുത്ത് കയറുമ്പോൾ കർത്തമ്പു പറയും. 'പരസ്യം തുടങ്ങിയതേയുള്ളൂ. സിനിമ തുടങ്ങാൻ ഇനിയും സമയമുണ്ട്...'

കർത്തമ്പുവിനെപ്പോലെയല്ല എന്റെ സിനിമാക്കാഴ്ച്ച. അയാൾക്ക് അടി സീനോ ബലാത്സംഗമോ നായികയെക്കെട്ടിപ്പിടിച്ചുള്ള മരംചുറ്റലോ കണ്ടാൽ മതി. ടിക്കറ്റ് മുതലാകും. ടിക്കറ്റെടുത്തിട്ടും കർത്തമ്പു ടാക്കീസിനകത്തേക്ക് കയറുന്നേ ഇല്ല. അതിനയാളുടെ ന്യായീകരണം പരസ്യം തീരട്ടെ എന്നാണ്.

അകത്തേക്കാൾ ഏറ്റവും വലിയ പരസ്യം പുറത്താണ്. നാണി എല്ലാ ദിവസവും സിനിമ കാണാൻ വരുന്നത് ഫസ്റ്റ് ഷോയ്ക്കാണ്. വരുമ്പോൾ കുട്ടിക്കൂറ പൗഡർ മണക്കും. അപ്പോൾ പൗഡറിന്റെ പരസ്യമായി. പൊക്കിളിനു താഴെയാണ് സാരി ഉടുക്കുന്നത്. അപ്പോൾ പൊക്കിളിന്റേയും സാരിയുടേയും പരസ്യമായി. ലൈവായ ആ പരസ്യവും ആസ്വദിച്ചാണ് കർത്തമ്പു അവിടെ നിൽക്കുന്നത്.

അടുത്ത പരസ്യം തുടങ്ങി. അലമ്പിക്കിന്റെ ഗ്ലയ്ക്കോടിയൻ. മുപ്പതിൽപ്പരം വർഷങ്ങളായി വിറ്റഴിക്കുന്ന ചുമ നിവാരിണി. അങ്ങനെ ചുമയുടെ പരസ്യവും കഴിഞ്ഞു. ഇനിയുമുണ്ട് പരസ്യങ്ങൾ. കുട

യുടെ, തുണിക്കടയുടെ, സ്റ്റീൽക്കമ്പിയുടെ, ഓടിന്റെ, സിമന്റിന്റെ, ആര്യവൈദ്യശാലയുടെ, അടുത്തുള്ള സ്റ്റുഡിയോയുടെ. അവസാനം എല്ലാ പരസ്യവും കഴിഞ്ഞ് സിനിമ തുടങ്ങി. ഞാൻ നടീനടൻമാരുടെ, സംവിധായകന്റെ പേർവരെ വായിച്ചു ഹൃദിസ്ഥമാക്കി. ചിലർ അങ്ങനെയാണ്. എല്ലാം വായിക്കണം. ആസ്വദിക്കണം. വേറെ ചിലരുണ്ട്, പാട്ട് തുടങ്ങുമ്പോൾ പുറത്തേക്കോടും, സിഗരറ്റ് വലിക്കാൻ. അല്ലെങ്കിൽ മൂത്രമൊഴിക്കാൻ.

ഇടവേള കഴിഞ്ഞു. വീണ്ടും പരസ്യം തുടങ്ങി. സാധുബീഡിയുടെ പരസ്യമാണ് ആദ്യം. ഒരു സ്വാമി മേലാകെ മുണ്ടുംചുറ്റി ഭിക്ഷാംദേഹിയായി നടക്കുന്നു. ബീഡിയുടെ പരസ്യമാണ്. എന്തൊരു ആക്ഷേപമാണ്. ഒരു മനുഷ്യനെ ഇത്രയും അസാധുവാക്കാൻ കഴിഞ്ഞതിന്റെ പരസ്യം. എന്റെ സുഹൃത്തുക്കൾ ആയിഷ ബീഡി വലിക്കുമ്പോൾ അന്ന് ഞാൻ സാധുവായിരുന്നു വലിച്ചത്. പേരിൽ അമർഷമുണ്ടെങ്കിലും എനിക്കത് സാധു ബീഡിയേക്കാളേറെ 'സ്വാദ്' ബീഡിയായിരുന്നു. പരസ്യം ഒരു കലയാണ്. അന്നേ ഞാനതിന്റെ ആരാധകനാണ്.

സിനിമ കഴിഞ്ഞു. നല്ല പടം. ചിലർ പറഞ്ഞു. 'പോര. കണ്ടിരിക്കാം....' ഏതൊരു കലാസ്വാദനവും ഇങ്ങനെയൊക്കെത്തന്നെയാണ്. അമ്മയെ തല്ലിയാലും അഭിപ്രായം പറയുന്നവർ. അഭിപ്രായത്തിനൊന്നും കാതോർക്കാതെ ഞാൻ പുറത്തേക്കിറങ്ങി. കറുത്തമ്പുവിനെ കാണുന്നില്ല. പടം കാണാൻ നേരത്തേവന്ന് ടിക്കറ്റെടുത്ത് പരസ്യം തീരാൻ കാത്തിരുന്ന കർത്തമ്പുവിനെ. ഇടവേള സമയത്തു തിരക്കിയപ്പോഴും ആളെ കണ്ടില്ല. ഒപ്പം കുട്ടിക്കൂറ പൗഡറിന്റെയും സാരിയുടെയും പൊക്കിളിന്റെയും പരസ്യനായികയേയും കാണാനില്ല. കടലവണ്ടിക്കാരൻ ചട്ടുകംകൊണ്ട് കടലച്ചട്ടിക്ക് കൊട്ടിക്കൊണ്ട് പറഞ്ഞു. 'ഓറ് രണ്ടാളും വേറെ സിനിമയ്ക്ക് പോയി....' സിനിമയ്ക്ക് പോയാൽ പണ്ട് കാണുകയും കാണാതിരിക്കുകയും ചെയ്യുന്ന ഏറ്റവും വലിയ സിനിമ. അല്ലെങ്കിലും ഇരുട്ടത്തിരുന്നു കാണുന്നതാണല്ലോ സിനിമയും. ഓരോരോ പരസ്യജീവിതങ്ങൾ. പാതികണ്ട സിനിമപോലെ പാതികണ്ട പരസ്യം.

കുന്നുമ്മലമ്മയും പോയ സന്ധ്യകളും

സാധാരണ പത്തുറുപ്പികയാണ് കൊടുക്കാറ്. ചിലർ അഞ്ച് കൊടുത്തും ഒപ്പിക്കും. എണ്ണി നോക്കില്ല. രാത്രിയുടെ മറവിലാണ് കച്ചവടം. അകത്ത് ആളുണ്ടെങ്കിൽ 'ചികിത്സ' കഴിയുംവരെ പുറത്ത് കാത്തു നിൽക്കണം.

'വേശ്യകളേ നിങ്ങൾക്കൊരമ്പലം' എം.മുകുന്ദന്റെ ഒരു കഥാസമാഹാരമാണ്. മുകളിൽ പറഞ്ഞത് അതിലുള്ളതല്ല. എല്ലാ വേശ്യകളും വിശുദ്ധ പാപികളാണ്.

ആൾദൈവങ്ങൾ അത്ര പ്രചാരമില്ലാത്ത കാലത്ത് നാട്ടിലെ ചെറുപ്പക്കാരുടെ ദൈവമായിരുന്നു കുന്നുമ്മലമ്മ. ചെറുപ്പക്കാർ മാത്രമല്ല, കിഴവൻമ്മാരും അവിടെ ദർശനത്തിന് പോകാറുണ്ട്. പഴയ ടാക്കീസിനടുത്താണ് അവരുടെ അമ്പലം. ചിലർ പറയും. നന്നായി ക്ലച്ചും ബ്രെയ്ക്കും ചവിട്ടാൻ പഠിക്കണമെങ്കിൽ ആ സ്കൂളിൽ തന്നെ പോയിച്ചേരണം. 'കുന്നുമ്മലമ്മ ഡ്രൈവിങ് സ്കൂളിൽ.'

കുന്നുമ്മലമ്മ അവരുടെ വിളിപ്പേരാണ്. ശരിയായ പേര് അധികമാർക്കും അറിയില്ല. മിക്ക കഥകളിലും എല്ലാ അടുക്കള ജോലിക്കാരികൾക്കും ഒരു പേരുണ്ട്. ജാനു. അതുപോലെ ഇവർക്കും സ്ഥിരമായ ഒരു പേരുണ്ടാകുമോ? ങാ, എന്തുമാവട്ടെ. അയ്യപ്പൻ അവരെ ദാക്ഷായണി എന്നു വിളിച്ചു വരുന്നു. അരങ്ങിന്റെ ചില ഇടവേളകളിൽ അയ്യപ്പൻ അവരെ മുറുക്കിപ്പിടിച്ച് 'ദാക്ഷു' എന്നും വിളിക്കും. അയ്യപ്പൻ അങ്ങനെയാണ്. സ്ഥിരമായി മദ്യപിക്കും. പലരേയും മുന്നിലും പിന്നിലും കേറിപ്പിടിക്കും. ഒരു കൂസലുമില്ല. ആരേയും പേടിയുമില്ല. ഇത്രയും ധീരനായ, വീരശൂര പരാക്രമിയായ അയ്യപ്പനെ അവന്റെ ദാക്ഷു ഒരിക്കൽ അടിച്ചോടിച്ചു എന്നതാണ് അക്കാലത്തെ ഏറ്റവും വലിയ അപരകഥ. തീർന്നു. അവന്റെ കാറ്റ്പോയി. നാട്ടുകാർ മൊത്തം പറഞ്ഞു പരത്തി. കുന്നുമ്മലമ്മയുടെ അമ്പലത്തിൽനിന്ന് അയ്യപ്പനെ അടിച്ചു പുറത്താക്കി. കേട്ടപ്പോൾ

അയ്യപ്പനും ഒന്ന് ചെറുതായിപ്പോയി. നാണംവന്നു തല താഴ്ത്തിപ്പോയി. ആരായാലും അങ്ങനെ ആയിപ്പോകും. എന്തു ചെയ്യാൻ? സംഭവിച്ചു പോയി.

ഇതൊരു കഥയല്ല. യഥാർത്ഥത്തിൽ പണ്ട് നാട്ടിൽ സംഭവിച്ച ദാരുണമായ ഒരു നർമ്മകഥയാണ്. ഞാനും അന്ന് ഒരു കേൾവിക്കാരനാണ്. അതുകൊണ്ട് ഇതൊക്കെ നടന്നതാണോ എന്ന് എനിക്കും പറയാൻ കഴിയില്ല. കേട്ടതെല്ലാം കെട്ടുകഥകളാവാം. ആരോ കെട്ടിച്ചമച്ച എരിവും പുളിയുമാകാം.

ജോലിയും കൂലിയുമില്ലാത്ത അയ്യപ്പൻ കുന്നുമ്മലമ്മയുടെ സ്ഥിരം പറ്റുകാരനാണ്. ഇതെങ്ങനെ സംഭവിക്കുന്നു? അഞ്ചോ പത്തോ കൊടുത്തില്ലെങ്കിൽ അവർ ഒരുത്തനേയും പായയിൽ കിടത്തില്ല. തൊടാൻ അനുവദിക്കില്ല. കട്ടിലൊന്നുമില്ല. താഴെ തറയിലാണ് കിടപ്പും പൊലിപ്പും. തറയിൽ വിരിച്ച പായയിൽ ഒരു തലയണ ഉണ്ട്. അതിനടിയിലാണ് പറ്റുപിരിവുകൾ അവർ സൂക്ഷിച്ചു വെയ്ക്കുന്നത്. പുറത്ത് മറ്റു കസ്റ്റമർ കാത്തുനിൽക്കുന്നുണ്ട്. അവർ കേട്ടു. 'നായിന്റെ മോനേ, എന്റെ ഇടപാടിലും ലോക്കറിലും ഒരേപോലെ കയ്യിടുന്നോടാ....'

ശകുനം പിഴച്ചു. എല്ലാവരും കേട്ടു. ആകെ വഷളായി. മറ്റുള്ളവർ കൊടുക്കുന്ന കാശാണ് അയ്യപ്പൻ മോഷ്ടിക്കുന്നത്. രംഗവേളയിൽ കയ്യിട്ടെടുക്കുന്നത്. അതും ദാക്ഷു എന്ന അവന്റെ വികാരവേളയിൽ. ആ കാശാണ് അവൾക്കുതന്നെ തിരിച്ചു കൊടുക്കുന്നത്. എന്തൊരു മാജിക്ക്. കൂട്ടത്തിൽ അഞ്ചുറുപ്പിക അധികം കൊടുത്ത് അവരെ അവൻ കൂടുതൽ സന്തോഷിപ്പിക്കും.

ഏതായാലും നാണക്കേടായിപ്പോയി. ഇത്രയും വലിയ ഒരു ചട്ടമ്പിയെ സമൂഹം മോശമാക്കിയവൾ രാത്രിയുടെ മറവിൽ വളരെ നിസ്സാരമായി അടിച്ചോടിച്ചല്ലോ. സമ്മതിച്ചിരിക്കുന്നു. എല്ലാ ആണിന്റെ ഉയർച്ചയിലും ഒരു പെണ്ണുണ്ടാകും എന്നു പറഞ്ഞു കേട്ടിട്ടുണ്ട്. ആണിന്റെ തളർച്ചയിലും പെണ്ണുണ്ടാകുമോ? വാസ്തവത്തിൽ കുന്നുമ്മലമ്മയുടെ മുന്നിൽ അയ്യപ്പൻ പരാജയപ്പെടുന്നില്ല. അതോടെ അവൻ നന്നായി. മദ്യപാനം പാടേ നിർത്തി. പറയപ്പെടുന്ന പരസ്ത്രീ ബന്ധവും ഒഴിവാക്കി. കല്യാണം കഴിച്ചു. ജോലിക്കും പോയിത്തുടങ്ങി. അയ്യപ്പൻ ഇപ്പോഴും ജീവിച്ചിരിപ്പുണ്ട്. കുന്നുമ്മലമ്മ എന്നത് വെറും സാങ്കല്പികമാണോ എന്തോ?

അടുക്കളയും പുസ്തകങ്ങളും

കുടുംബജീവിതത്തിൽ വിള്ളലുകൾ വീഴുന്നത് സാധാരണയാണ്. അത് മഴക്കാലത്ത് ചിലയിടത്ത് വെള്ളം കയറുമ്പോലെയാണ്. മഴ തോർന്നാൽ വെള്ളം താനേ ഇറങ്ങും. എന്നാൽ ഇവിടെ അടുക്കളയിൽ പുസ്തകം കയറിയിട്ടും വിള്ളലുകൾ വീണിട്ടും അത് തോരുന്നേ ഇല്ല. എന്താണങ്ങനെ?

പ്രവാസം ഒരു വലിയ സഹനമാണ്. കടലേത് കരയേത് എന്നു തിരിച്ചറിയാൻ പറ്റാത്ത ജീവിതം. കൂടെ കുടുംബം ഉണ്ടെങ്കിൽ പിന്നെ പറയാനേ ഇല്ല. നാടും വീടും വിട്ട് പുതിയ സാഹചര്യങ്ങളോട് പൊരുത്തപ്പെട്ടു കഴിയേണ്ട ജീവിതം. ഒറ്റപ്പെട്ട തുരുത്ത്. ബാച്ചിലർ ജീവിതമാണെങ്കിൽ, അടുക്കളയാണെങ്കിൽ എന്നും ഒരേ രുചി. ഒരേ മണം. ബാച്ചിലർ അടുക്കളയിൽ കറിവെയ്ക്കുമ്പോൾ ആദ്യം അതിനു പേരുണ്ടാവില്ല. ഉള്ളി കൂടിയാൽ ഉള്ളിക്കറി. തക്കാളി കൂടിയാൽ തക്കാളിക്കറി. ആവശ്യത്തിനു ചേർക്കേണ്ട ഉപ്പും മുളകും മഞ്ഞളും യഥേഷ്ടം കോരിയിടും. പിന്നെ അത് കോൺഗ്രസ് നിറമോ കമ്മ്യൂണിസ്റ്റ് നിറമോ ആയിത്തീരും. ഇതിൽനിന്നൊക്കെ തന്റെ വയറിനെ സംരക്ഷിക്കാൻ ചിലർ പച്ച പിടിക്കുമ്പോൾതന്നെ നാട്ടിൽനിന്നു ഭാര്യയെ കൊണ്ടുവരും. കുടുംബമായി ജീവിക്കും. ഭക്ഷണത്തിനൊന്നും അധികം ചിലവില്ല. ചിലവുള്ളത് അസുഖം വന്നാൽ കഴിക്കേണ്ടുന്ന മരുന്നിനും താമസിക്കുന്ന വീടിനുമാണ്. വില്ലയും ഫ്ളാറ്റിനുമൊക്കെ മാസാമാസം റെന്റ് കൂടിക്കൂടി വരികയാണ്. വൺ ബെഡ്റൂം ഫ്ളാറ്റിന് ചുരുങ്ങിയത് പതിനെട്ടായിരം ഇരുപതിനായിരം കൊടുക്കണം. നഗരജീവിതം അവിടെത്തെ ചൂടിനെക്കാൾ പൊള്ളുന്നതാണ്.

ഒരു ഇടുങ്ങിയ ഫ്ളാറ്റിലാണ് ഞാനും കുടുംബവും വർഷങ്ങളോളം താമസിച്ചത്. ഓർക്കുമ്പോൾ ഇപ്പോഴും ശ്വാസം മുട്ടുന്നു. മൂന്നു മക്കളും ഭാര്യയും ഞാനും. എല്ലാം ഒറ്റമുറിയിൽ. തീറ്റയ്ക്കും കുടിക്കും അടുക്കളയും ഡൈനിങ്ങുമുണ്ട്. പിന്നെ എന്റെ കുറേ

പുസ്തകങ്ങളും. അതിനിടയിൽ മക്കളുടെ പാഠപുസ്തകവും ബേഗും. അടുക്കളയിൽ ഭാര്യയുടെ ചെമ്പും പാത്രങ്ങളുമേക്കാൾ ഡൈനിങ്ങും ബാൽക്കണിയും പുസ്തകങ്ങൾകൊണ്ട് കര കവിഞ്ഞിരിക്കുന്നു. ഒരു പ്രവാസി എഴുത്തുകാരന്റെ വായനയുടെ സമ്പാദ്യം. കുറേ പുസ്തകങ്ങളും മാസികകളും കാർട്ടൂണിൽ കെട്ടിവെച്ചു. കുറേയൊക്കെ സുഹൃത്തുക്കൾക്കും കൊടുത്തു. എന്നിട്ടും തീരുന്നില്ല. അതാ വരുന്നു പുസ്തകങ്ങൾ പിന്നേയും.

നാട്ടിൽനിന്ന് ആര് വരുമ്പോഴും എനിക്ക് പുതിയ പുസ്തകങ്ങൾ ഉണ്ടാകും. നാട്ടിലേക്ക് പോയി വരുമ്പോൾ, അല്ലെങ്കിൽ പുതുതായി വരുമ്പോൾ സാധാരണ എല്ലാവരും കൊണ്ടുവരിക ഹലുവയോ കായവറവോ അച്ചാറോ തോർത്തുമുണ്ടോ ഒക്കെയാണ്. എന്നാൽ എന്റെ ഉമ്മ വരുന്ന ആളുടെ കയ്യിൽ എനിക്കു തരാൻ കൊടുക്കുന്നത് അതാത് കാലത്ത് തപാലിൽ വന്ന പുസ്തകങ്ങളും കത്തുകളുമായിരിക്കും. ഉമ്മയ്ക്കറിയാം, എന്റെ മകന് ഹലുവയെക്കാൾ മധുരം പുസ്തകങ്ങളോടാണെന്ന്. അക്ഷരങ്ങളോടാണെന്ന്. അങ്ങനെ വായനയിൽ എന്റെ ഉമ്മ പുസ്തകങ്ങൾ കൊടുത്തു എന്നെ പ്രോത്സാഹിപ്പിച്ചുകൊണ്ടേയിരുന്നു. ഞാൻ വായിച്ചുകൊണ്ടേയിരുന്നു. ഇങ്ങനെ സമൃദ്ധമായ വായനയുടെ വർദ്ധനവുമൂലം മുറിയിൽ പുസ്തകങ്ങൾ പെരുകി. വീട് വായനശാലയായി. ഒരിക്കൽ ഭാര്യ അറിയാതെ ഞാൻ അടുക്കളയിൽ കയറി. അവളുടെ പാത്രങ്ങൾ നീക്കി അവിടെ കുറച്ചു പുസ്തകങ്ങൾ തിരുകി. മരുഭൂമിയിൽ മഴ അങ്ങനെ പെയ്യാറില്ല. ഭാര്യയുടെ അടുക്കളയിൽ കാറ്റും മഴയും ഒന്നിച്ചു ചീറ്റി. ഡൈനിങ്ങിലും ബെഡ്റൂമിലും വെള്ളം കയറി. മക്കൾ ഉണർന്നു. ഇനിയെന്തു ചെയ്യും? അല്ലെങ്കിൽ ഇനിയെന്തു ചെയ്യാൻ. സഹിക്കുകതന്നെ. പണ്ടേ ഞാനൊരു മണ്ടനാണ്. കഥാപുസ്തകത്തിനു പകരം വല്ല പാചക പുസ്തകം വെച്ചിരുന്നെങ്കിൽ ഇത്ര ശക്തമായ കാറ്റും മഴയും ഉണ്ടാകുമായിരുന്നില്ല. പോയ ബുദ്ധി പോയി. ഇനി ആനയെ കൊണ്ടുവന്നിട്ടെന്തു കാര്യം?

ലേലെമാമ ലേലെമാമ
ലേലെമാമാ ലേലോ......

കുട്ടിക്കാലം. ജീവിതത്തിലെ നിർണ്ണായകമായ ഏറ്റവും 'വലിയ' കാലം. ഇടയ്ക്കിടെ ആ കാലത്തിലേക്ക് പോകുമ്പോൾ അടുത്തുള്ള പറമ്പിൽ അലാമികളുടെ നൃത്തച്ചുവട്. 'ലേലെമാമ ലേലെമാമ ലേലെമാമാ ലേലോ....' കുറച്ചു കഴിയുമ്പോൾ അമ്പലപ്പറമ്പിൽ കാതടപ്പിക്കുന്ന വെടിയൊച്ച. എങ്ങോട്ട് പോകണം? കുളത്തിലേക്ക് ചാടണോ? മാവിന് കല്ലെറിയണോ? ഒളിപ്പിച്ചുവെച്ച നെല്ലിക്ക മറ്റാരും കാണാതെ അവൾക്ക് കൊടുക്കണോ? ഛീ..... ചെക്കന്റെയൊരു നാണം.

കുത്തറയിലൂടെ നടന്ന് തെരുവിലേക്കെത്തി. കൊങ്ങിണിയനും മാപ്പിളയും കൊയക്കാരത്തിയും കടന്നുപോയി. ഇനിയുമുണ്ട് വേഷങ്ങൾ. ചാല്യപ്പൊറാട്ടാണ്. കാഴ്ച്ചക്കാർക്കിടയിൽ അവളുമുണ്ട്. അവളിപ്പോൾ കുറച്ചു വലുതായിരിക്കുന്നു. വളരേണ്ടായിരുന്നു എന്നു പറഞ്ഞാൽ വളരേണ്ടായിരുന്നു എന്നുതന്നെ. എന്തു ചെയ്യാൻ? വളർന്നുപോയി.

കുട്ടിക്കാലത്തേ കാലഹാരണപ്പെട്ടുപോയ ഒരു കലയുണ്ട് ഞങ്ങൾക്ക്. അതിന്റെ പേര് അലാമി എന്നാണ്. ജെസ്സോ ജായിമോ പാടി കോലടി മുട്ടി വരുന്നവർ.

'ഞാനുമെന്റെ കുക്കിരി നായും
ബൈപ്പണിക്ക് പോകുമ്പോ....'

പോയ എല്ലാകഥയിലും കല്ലും മുള്ളുമായിരുന്നു. രോഗമായിരുന്നു. വസൂരിപോലെയുള്ള മാരകങ്ങൾ. അന്ന് തമ്പ്രാൻ ആരേയും സഹായിച്ചില്ല. തമ്പ്രാൻ തമ്പ്രാനെമാത്രം സ്നേഹിച്ചു. എല്ലാകാലത്തും അടിമകൾക്ക് പറയാൻ ഒന്നേയുള്ളൂ. 'സഹനം'. സഹിക്കുക തന്നെ. കാലം മാറുമ്പോൾ പുതിയ കാലത്ത് അലാമികൾ മടങ്ങി വന്നു. 'ലായിമ ലായിമ ലോടി......' അവരും ദേഹം മുഴുവനും കരി

വാരി തേച്ചിട്ടുണ്ട്. ഗോപുരംപോലെ ചുരുട്ടി പായത്തൊപ്പി വെച്ചിട്ടുണ്ട്. സൂര്യകിരീടം പൂവ് ചൂടിയിട്ടുണ്ട്.

'ലേലെമാമ ലേലെമാമ ലേലെമാമാ ലേലോ....'

ടിക്കറ്റെടുക്കാതെ കള്ളവണ്ടി കയറുന്നവരുണ്ട്. എന്നാൽ ടിക്കറ്റെടുക്കാതെ സിനിമ കാണാൻ കയറിയ ബാല്യകാലവുമുണ്ട്. അന്നത്തെ സിനിമ ഒരാഴ്ച്ചയോളം ടാക്കീസിൽ കളിക്കും. വെള്ളി ശനി ഞായർ മാറ്റിനി കഴിഞ്ഞാൽ പിന്നീടുള്ള ദിവസങ്ങളിൽ വലിയ തിരക്കുണ്ടാവില്ല. വാതിലിൽ നിൽക്കുന്നത് ഒരു കാരുണ്യവാനാണ്. അയാൾക്കറിയാം സിനിമ കാണാനൊന്നും ഇവറ്റകൾക്ക് വീട്ടിൽനിന്നു കാൽക്കാശ് കിട്ടില്ലെന്ന്. പാവങ്ങൾ. കയറി കാണട്ട്. ആർക്കറിയാം നാളത്തെ സത്യനൊ പ്രേംനസീറൊ മധുവൊ ഇവരിലാരെങ്കിലും ഉണ്ടാവില്ലെന്ന്. ആരും ഉണ്ടായില്ല. ഒരു ബാലൻ കെ നായരുപോലും ആരുമായില്ല. ബലാത്സംഗം അത്രവലിയ സാഹസമൊന്നുമല്ലല്ലോ. അതാർക്കും ചെയ്യാം. അല്ലെങ്കിലും സിനിമക്കാരുടെ വീരകഥകളൊന്നും അന്നത്തെ ബാല്യം ഉൾക്കൊണ്ടില്ല. ഉൾക്കൊണ്ടതു മുഴുവനും നാട്ടിലെ ചെറൂഞ്ഞിയും പൊക്കായിയും അന്ത്രുമാനും മൊയ്തീനുമായിരുന്നു. അവർ വെച്ചിരിക്കുന്ന കീപ്പുകളായിരുന്നു. എന്തിനാണ് പൊക്കായി സൈനബയ്ക്ക് ബ്ലൗസ് വാങ്ങിക്കൊടുക്കുന്നത്? എട്ടു ബാറ്ററിയുള്ള ടോർച്ചുമെടുത്ത് രാത്രി അന്ത്രുമാൻ മതില് ചാടുന്നത്? ആരോടും ചോദിക്കാൻ പറ്റില്ല. ചോദിച്ചാൽ അവരാരും ഉത്തരം പറയില്ല. ഇങ്ങനെ ചോദ്യവും ഉത്തരവും അനാഥമാകുമ്പോൾ സമൂഹത്തിൽ പുതിയൊരു അലാമികൾ രൂപപ്പെട്ടു. അവർക്ക് പുതിയൊരു പേരും വന്നു. 'നക്സലൈറ്റ്'. പടച്ചോനേ, പിന്നീടുള്ള വളർച്ച പേടിയുടെ ചവിട്ടുപടികളായിരുന്നു. പ്രഭാതം ചോരകൊണ്ടുള്ള ചുവരെഴുത്തും തലയറുപ്പുംകൊണ്ട് പെരുകി. എവിടെ നോക്കിയാലും പോലീസ്. എങ്ങോട്ട് നോക്കിയാലും പോലീസ്. ഒരിക്കൽ എവിടെയോ പഠിപ്പിക്കുന്ന അധ്യാപകൻ നക്സലൈറ്റായ കഥ ക്ലാസിൽ പരന്നു. ഞങ്ങളും ഞങ്ങളുടെ അധ്യാപകരെ സംശയിച്ചു. രാത്രി മുഖംമൂടി അണിഞ്ഞ് കഴുത്തറുക്കാൻ ഇവരും വരുമോ? കെട്ടിയിടുമോ?

എല്ലാ കെട്ടുകളും പെട്ടെന്ന് അഴിഞ്ഞു. പേടി പോയി. ഞങ്ങൾ വളർന്നു. ഞങ്ങളുടെ അലാമികളും പോയി മറഞ്ഞു. എന്തിനാണ് ഇത്ര പെട്ടെന്ന് ഞങ്ങൾ വളർന്നത്? ഞങ്ങളുടെ പേടി മാറ്റാനോ?

ചാഞ്ഞുപെയ്യുന്ന ഓർമ്മകൾ

അമ്പലപ്പറമ്പിൽ വെടി പൊട്ടുന്നു. അമിട്ട് പൊട്ടിയിട്ടും ഒരു കുലുക്കവും തോന്നിയില്ല. വളരുന്തോറും ഇതിനേക്കാൾ എത്രയെത്ര വലിയ അമിട്ടുകളാണ് ജീവിതത്തിൽ പൊട്ടിത്തീർന്നത്. എവിടെയോ കിഴക്കൻ മലയിൽ അലാമികൾ തീത്തുള്ളുന്നു.

‘ലേലക്കുട്ടിച്ചി ലേലക്കുട്ടിച്ചി
ലേലക്കുട്ടിച്ചി ലേലോ....
കല്ലിന്റടിയില് കുരുടനെ കണ്ട്
തടുത്തുവെച്ച മാമാ.....’

മലയാളത്തിന്റെ പ്രിയപ്പെട്ട എം ടി കുട്ടിക്കാലത്തെ ഇങ്ങനെ അടയാളപ്പെടുത്തുന്നു.

‘കുട്ടിക്കാലത്ത് ഇഷ്ടപ്പെട്ട പലതും ഇപ്പോൾ ഞാൻ വെറുക്കുന്നു. പണ്ട് ഇഷ്ടമില്ലാതിരുന്ന പലതും എനിക്കിപ്പോൾ പ്രിയപ്പെട്ടതാണ്’.

ചാഞ്ഞുപെയ്യുന്ന ഓർമ്മകൾ

1

എഴുത്തിലെ മുറിവുകൾക്ക് മരുന്നില്ല. രോഗിയും വൈദ്യനും ഇവിടെ ഒരാൾതന്നെയാണ്. അതുകൊണ്ടാണ് പലർക്കും ഭാഗ്യത്തെക്കാൾ നിർഭാഗ്യം കൂടിപ്പോകുന്നത്.

എഴുത്ത്, നെഞ്ചിലെ സമ്മർദ്ദമാണ്. ഷുഗറും പ്രഷറുമാണ്. ചിലപ്പോൾ എവിടെയോ താളം തെറ്റിപ്പോകും.

എഴുത്തിൽ വലുതായി ഒച്ചപ്പാടില്ല. എന്നാലും ചെറിയ ആളനക്കമുണ്ട്. അതും കഥാപാത്രങ്ങളുടെ. എത്ര നിഷ്ക്കളങ്കരാണ് അവരൊക്കെ.

2

ഇവിടെ ഒരുപാട് തെയ്യങ്ങളുണ്ട്. അവർക്ക് പിറകെ വാളും ചിലമ്പുമുണ്ട്. ഞാൻ വഴിമാറി നടക്കുന്നത് തെയ്യത്തിന് വേണ്ടിയാണ്.

നേർച്ചകൾ എന്നും ബാക്കി. അതിൽ ഫലിച്ചതും ഫലിക്കാത്തതുമുണ്ട്. ഭണ്ഡാരങ്ങൾ നിറയുന്നു.

കാണിക്കയായി ഞാനും സമർപ്പിക്കുന്നു കുറച്ചു വെള്ളരിക്ക. ഒപ്പം ഫ്രെയിം ചെയ്യാൻ കഴിയാത്ത ഒരിടത്തും ആണിയടിച്ച് തൂക്കാൻ കഴിയാത്ത ജന്മിത്തത്തിന്റെ ചിത്രവും.

കണ്ടത്തിൽ കതിരും പതിരും നിറയുന്നു. അതിലൂടെ തെയ്യവും ഞാനും ഓടുന്നു.

3

മടങ്ങിവന്നവന്റെ വർത്തമാനങ്ങൾ ആര് കേൾക്കാൻ? അതൊരു

തേവടിശ്ശിയുടെ പുലയാട്ടുപോലെ. എന്നാൽ അവൾക്കുമുണ്ടല്ലോ ജീവിതം. തുണി മാറ്റുംപോലെ ചെറിയൊരു ലോകം. വേണ്ടിവന്നാൽ അതും നമ്മൾ ഒളിഞ്ഞു നോക്കും. നമ്മൾ മലയാളികളാണ്. സാക്ഷരത പാസ്സായവർ. എന്നാൽ മടങ്ങിവന്നവൻ അതൊന്നുമല്ല പറയുന്നത്. വർഷങ്ങൾക്കു മുമ്പ് ജീവിതം തേടിപ്പോയവൻ ഒടുവിൽ എല്ലാ കണക്കുകളും തെറ്റിച്ച് അക്കങ്ങളുടെ സ്ഥാനവും മാനവും കളഞ്ഞ് സ്വന്തം മണ്ണിലേക്ക് അക്ഷരങ്ങളുമായി തിരിച്ചെത്തിയപ്പോൾ,

ഈ മണ്ണിൽ വെറുതെ കിട്ടുന്ന ആറടിപോലും നഷ്ടമായിരിക്കുന്നു.

എന്തൊരു സങ്കടകരം. ആർക്കുവേണം ഓന്റെ പുസ്തകങ്ങളും കഥകളും.

4

അയച്ച പോസ്റ്റൽ കാർഡ് കിട്ടി. പഴയ കത്തെഴുത്ത് ഓർമ്മിപ്പിച്ചതിന് നന്ദി. സ്ഥിരമായി കത്തെഴുതുന്നതും വായിക്കുന്നതും നാടുവിട്ടുപോയവരണല്ലോ. മൊബൈലും വാട്സാപ്പുമില്ലാത്ത കാലത്ത് ചാലിച്ചെഴുതിയ അക്ഷരങ്ങൾ. ഏറ്റവും പ്രിയത്താൽ, എന്തെന്നാൽ, അവിടെത്തെപ്പോലെ ഇവിടേയും, മുത്തിമണത്ത്, മറുപടിക്ക് കാത്ത്...

അങ്ങനെ പോകുന്നു അതിലെ അക്ഷരങ്ങൾ. ഈ പറഞ്ഞ എല്ലാ വാക്യങ്ങൾക്കും ഏറ്റവും അനുയോജ്യരായവർ നാടും വീടും വിട്ടുപോയ പ്രവാസികൾ തന്നെ. അവരുടെ നാടും വീടും കാത്തിരിപ്പും സ്വപ്നങ്ങളും അവരെത്തേടിവരുന്ന ഇത്തരം കത്തുകളാണ്. ഓരോ കത്തിലുമുണ്ടാകും ഓരോ വീടുകൾ. ചിലത് ചോർന്നൊലിക്കും. ചിലത് കാറ്റിലാടും. അതിനിടയിൽ മരുഭൂമിയിൽ പൊള്ളുന്ന ജീവിതം കുടിച്ച് മറുപടിയിൽ അവൻ സ്വയം ഇടിമുട്ടിപ്പെയ്യും.

പ്രിയപ്പെട്ട എഴുത്തുകാരാ, താങ്കളുടെ കാർഡ് എന്നെ പലതും ഓർമ്മിപ്പിക്കുന്നു. നാം തമ്മിൽ എത്ര അടുത്താണ്. എന്നിട്ടും നാം തമ്മിൽ എത്ര അകലെയാണ്. എത്ര കാലമായി എനിക്കിങ്ങനെ ഒ

രു കത്ത് വന്നിട്ട്. ഞാൻ വായിച്ചിട്ട്. ഇത്, അതിനുള്ള മറുപടിയാണ്. ആ ചെറിയ കാർഡിലയച്ച വലിയ സ്നേഹത്തിനുള്ള മറുപടി.

5

പുറത്ത് നിലാവും മഴയും.
അകത്ത് ഗസലും അണ്ടിപ്പരിപ്പും.
എന്റെ മഴക്ക് മൂന്നുകാലുകളാണ്.
ഗസൽ അനേകം സന്ധ്യകൾ സൃഷ്ടിക്കുന്നു.
രാത്രികൾ മിന്നുന്നു.

6

ഓണം. ഇന്ന് ഇലക്കറികളൊന്നും വീട്ടുകാരി വെച്ചില്ല. ചിക്കൻ മന്തിയായിരുന്നു വിഭവം. ഭാര്യ പറഞ്ഞു. 'എന്നോ ചവിട്ടിത്താഴ്ത്തിയ ആ ഇതിഹാസം കുഴിയിൽനിന്നാണ് വരുന്നത്. നമുക്ക് കുഴിമന്തി കഴിച്ച് ആഘോഷിക്കാം....'

കാലത്തിന്റെ ഒരു പോക്കേ. ഞാനത്രക്ക് ചിന്തിച്ചില്ല. അല്ലെങ്കിലും പലതരം പച്ചക്കറി ഉണ്ടാക്കുന്നതിലും എളുപ്പമാണല്ലോ കുഴിമന്തി. ഫാസ്റ്റ്....ഫാസ്റ്റ്. പെൺബുദ്ധി കൊള്ളാം. തീർന്നില്ല, സർക്കാർ തന്ന കിറ്റിലെ ശർക്കര വരട്ടി (100 ഗ്രാം) ഒറ്റയ്ക്ക് തിന്നു ഓണം ഞാൻ കെങ്കേമമാക്കി. ഒരു കുഴിമന്തി. എന്നോടാണ് കളി.

7

ഇത് ഒരു ലോകമാണ്. എന്റെ ചെറിയ ലോകം. ഇതിലൂടെ നടന്നവരേയും പോയവരേയും ഓർത്തെടുക്കുന്നത് വലിയ ആനന്ദമാണ്. സർവ്വോപരി ഈ ഗ്രാമത്തിന് എന്തൊരു ചന്തമായിരുന്നു.

ഇത് പഴയ ചിത്രമാണ്. പഴമക്കാർ ഏറ്റുപാടിയ നാട്. നാട്ടുനന്മയുടെ ഹൃദയം. ഇതൊക്കെ കുഞ്ഞമ്പു നായരുടേതാണ്. അന്നും ഞങ്ങൾക്ക് നായരും നമ്പൂരിയും മാപ്പിളയുമില്ല. എല്ലാം കുഞ്ഞമ്പു നായർക്ക് വേണ്ടപ്പെട്ടവർ. വിളവെടുക്കുംനേരം എല്ലാവർക്കും കി

ട്ടും ഒരോഹരി.

ഇതൊക്കെ കാലഹരണപ്പെട്ടുപോയ പഴങ്കഥകൾ. കുഞ്ഞമ്പു നായർ ഇന്നില്ല. കണ്ടത്തിൽ കുടപിടിച്ചു നിൽക്കുന്ന ഒരോർമ്മ ചിത്രമല്ലാതെ. പലരും ഈ വയലിലൂടെ നടന്നു മറഞ്ഞു. എല്ലാവരും നടന്നുപോകുമ്പോൾ കാലം ഓടിപ്പോകുന്നു. കണ്ണിനും കാഴ്ച്ചകൾക്കും മങ്ങലേൽക്കുന്നു. ഒന്നുകൂടി തിരിഞ്ഞു നോക്കാൻ ഇപ്പോൾ വയലും ഇല്ലാതായിരിക്കുന്നു.

8

മറ്റൊരു അധ്യാപക ദിനം. ഇന്ന് അധ്യാപക ദിനം ആഘോഷിച്ച എല്ലാ ശിഷ്യന്മാരോടും,

'എനിക്ക് വിശക്ക്ണൂ.....'

അതേ, ആ നിലവിളി ഇപ്പോഴും എന്നെ പിന്തുടരുന്നു. തറക്കും പറക്കും ഇടയിൽ ശാരദേട്ടി വിളമ്പിത്തന്ന ഉപ്പുമാവിന്റെ മണവും. വീട്ടിൽ പത്തിരിയും കോഴിക്കറിയുമുണ്ട്. എന്നിട്ടും എന്നും വിശന്നിരിക്കുന്ന എന്റെ സഹപാഠിയോടൊപ്പം വിളമ്പിത്തന്ന ശാരദേട്ടി. എന്റെ പ്രിയപ്പെട്ട അധ്യാപകരോടൊപ്പം അവരേയും ഞാൻ ചേർത്തു പിടിക്കുന്നു. അക്ഷരങ്ങൾക്ക് തൊട്ടടുത്ത് തീയൂതി വിശപ്പിനുള്ള മറുപാഠം ഒരുക്കിത്തന്ന ശാരദേട്ടിയെ.

9

ഞാൻ നിശബ്ദനും ആൾക്കൂട്ടത്തിലേക്ക് വലിഞ്ഞു കയറാൻ കഴിയാത്തവനുമാണ്. ഇതെന്റെ പോരായ്മയാണ്. ഇതുതന്നെയാണ് എന്റെ പരാജയവും.

അതുകൊണ്ട് ബഹളംവെയ്ക്കുന്നവരൊക്കെ ഉന്നതരാണെന്ന് ഞാൻ കരുതുന്നില്ല. അതൊക്കെ ഓരോരോ ശബ്ദങ്ങൾ.

10

നാട്ടിൻപുറം. ജനിച്ച മണ്ണ്.

ഇതിനടുത്ത് ഒരു കുളമുണ്ട്. അതിൽ തെളിഞ്ഞുവന്നതും മാഞ്ഞുപോയതുമായ ഒരു ജീവിതമുണ്ട്. വിയർപ്പും ശുക്ലവും ചേറും കഴുകിക്കളഞ്ഞ ഇന്നലെകൾ. ജന്മിത്വം അവസാനിച്ചു. എന്നിട്ടും കുടിയാന്മാർ ചിലർ നാടുവിട്ടു. പട്ടയം കിട്ടാത്ത മണ്ണ്.

കുടിലും അന്തിയും ചിമ്മിനിക്കൂടും കെട്ടു. ചുറ്റും നിറമുള്ള ബൾബുകൾ കത്തി. ഹിന്ദി പറയുന്ന കുഞ്ഞുമ്മ അമ്മായിയും തെറിപ്പാട്ടു പാടുന്ന രാമേട്ടനും പറങ്കിമാങ്ങ വാറ്റുന്ന അമ്മിണിയും ഓർമ്മയിൽ. അവരെയൊക്കെ ചേർത്തു പിടിക്കുമ്പോൾ പേന വിറക്കുന്നു. പനി വരുന്നു. കണ്ണൻവൈദ്യരുടെ കഷായത്തിനും അന്ന് പനിയായിരുന്നു. ചുട്ടുപൊള്ളലിന്റെ ആധി. തമ്പ്രാൻ വളപ്പിലെ മുളച്ച കശുവണ്ടിക്കറിക്ക് കാല്പനിക രുചിയായിരുന്നു. ചവർപ്പിന്റെ ബാല്യമായിരുന്നു.

11

പടിപ്പുര.

ഇതും ഒരു വഴിയാണ്. പ്രതാപകാലം ഇരമ്പിയെത്തുന്ന രാജവീഥി. മുന്നിൽ തളിയിൽ ശിവക്ഷേത്രം. തൊട്ടടുത്താണ് നീലേശ്വരം കോവിലകം. അതിനടുത്ത് ചിറ. ഈ ചിറയ്ക്ക് ഉത്സവാഘോഷത്തിന്റെയും പൂരംകുളിയുടെയും ഐതിഹ്യമുണ്ട്. പഴയ നാട്ടാഘോഷത്തിന്റെ അടയാളങ്ങൾ.

കോലത്തിരി രാജവംശത്തിൽപ്പെട്ട യുവാവ് സാമൂതിരി കോവിലകത്തെ പെൺകുട്ടിയെ പ്രണയിച്ചു. പ്രണയം സാമൂതിരി കോവിലകം എതിർത്തുവെങ്കിലും കോലത്തിരി വംശം അത് മംഗളമാക്കി. അതിൽനിന്നു ഉത്ഭവിച്ചതാണ് നീലേശ്വരം രാജവംശം. ഇതിന് ചരിത്രപരമായി വസ്തുത ഇല്ല. അള്ളട രാജവംശത്തിന്റെയും പട്ടേൽ നിയമാധികാരികളുടെയും താവഴികൾ.

നേരെ പോയി വലത്തോട്ടു തിരിഞ്ഞാൽ മന്ദംപുറം കാവ്. അതിനടുത്ത് രാജാസ് ഹൈസ്കൂൾ. തീവണ്ടിയാപ്പീസ്. ധാന്യങ്ങൾ സൂക്ഷിക്കുന്ന ഭക്ഷ്യകേന്ദ്രം. മായാ ടാക്കീസ്.

തിരിഞ്ഞു നടക്കുമ്പോൾ സ്കൂൾ മൈതാനിയിൽ ചാത്തൂട്ടി മാഷ് പന്തെറിയുന്നു. കാലുകൊണ്ട് തട്ടുന്നു. ഇന്നലേയും ഇതിലൂടെ

നടന്നു. ചെരിപ്പ് പുതിയതാണെങ്കിലും മനസ്സ് നന്നെ പഴകിയത്. ട്രെയിൻ കൂകുന്നു. ആരൊക്കെയോ ഇറക്കി, ആരൊക്കയോ കയറ്റി അത് പാളത്തിലൂടെ വീണ്ടും മുന്നോട്ട്......മുന്നോട്ട്.

മദ്യപിക്കാത്ത മദ്യപാനികൾ

നാട്ടിലെ മിക്ക കലാകാരന്മാരും മദ്യപാനംകൊണ്ടു നശിച്ചവരാണ്. കലയും മദ്യവും തമ്മിൽ വല്ലാത്തൊരു ബന്ധമുണ്ട്. എന്നാലും മദ്യത്തിലേ അവർ വെള്ളം ചേർക്കൂ. പാലിൽ വെള്ളം ചേർക്കുമ്പോലെ വെള്ളത്തിൽ മദ്യം ചേർക്കില്ല.

ചിലർക്ക് കലാകാരനാകണമെങ്കിൽ കള്ള് കുടിയനുമാകണം. ഇതൊരു കള്ള് ചരിതമല്ല. കള്ള് കുടിക്കാത്തവരുടെ ചരിത്രമാണ്. മോഹൻ ചന്ദ്രൻ അറിയപ്പെടുന്ന ചിത്രകാരനാണ്. അറിയപ്പെടൽ ഒരു പരസ്യവാക്കാണ്. കഴിവാണ് മഹത്വം. അതുകൊണ്ട് അദ്ദേഹം ഒരിടത്തും വല്ലാതെ പ്രശസ്തനാകാൻ ആഗ്രഹിക്കുന്നില്ല. എന്നാൽ കഴിവ് കണ്ടറിയുന്നവർക്ക് ചുറ്റുമാണ് ആ കലാകാരന്റെ ഇരിപ്പിടം. തന്റെ വരപോലെ തന്റെ കഴിവും മറ്റുള്ളവർക്ക് പ്രിയപ്പെട്ടതാകുന്നത് അതുകൊണ്ടാണ്.

പറഞ്ഞുവന്നത് മദ്യത്തെക്കുറിച്ചാണ്. നാടകം തുടങ്ങും മുമ്പ് ഏറ്റവും അറിയപ്പെടുന്ന ഒരു നടൻ വലിയ ഗ്ലാസ്സിൽ (ലാർജ്ജാകും) ഒറ്റവലിക്ക് വിഴുങ്ങുന്നത് നേരിൽ കണ്ടിട്ടുണ്ട്. അതൊക്കെ അണിയറ രഹസ്യമെങ്കിലും ആ നടന് അതൊക്കെ പരസ്യമാണ്. ഒരിക്കൽ അയാളുടെ കഥാപാത്രം അഭിനയമുഹൂർത്തത്തിന്റെ 'മദ്യത്തിൽ' സംഭാഷണം തെറ്റിപ്പറഞ്ഞത് ഓർക്കുന്നു. എനിക്ക് ചാകണം എന്നിടത്ത് എനിക്ക് ചാണകമെന്നും, അടിച്ച് നിന്റെ പല്ലെടുക്കും എന്നിടത്ത് പല്ലിനു പകരം പുല്ലായിപ്പോയതും ഇത്തിരി ഓവറായിപ്പോയി. എന്നിട്ടും കർട്ടൻ താണില്ല. കാണികൾ ആ അഭിനയം കണ്ട് ഇരുട്ടത്തിരുന്ന് കയ്യടിച്ചതല്ലാതെ.

പലർക്കും ഒരു തെറ്റിദ്ധാരണയുണ്ട്. എഴുതുന്നവരൊക്കെ കുടിയന്മാരാണെന്ന്. പുനത്തിൽ കുഞ്ഞബ്ദുള്ള തന്റെ മാസ്റ്റർപീസൊക്കെ എഴുതിയത് കുടിക്കാത്ത അവസ്ഥയിലാണെന്ന് കേട്ടിട്ടുണ്ട്. മദ്യപിക്കാതെതന്നെ എന്നും മത്തായിപ്പോകുന്ന കുടിയൻമാരുടെ

കഥപറഞ്ഞ പല എഴുത്തുകാരുമുണ്ട്. ശരിയായ കലാകാരന്റെ ഔചിത്യമുള്ളവർ. അവർ മദ്യപാനത്തെക്കുറിച്ചെഴുതുമ്പോൾ, ആഹാ, വായനയിലും നമ്മൾ ആടിക്കുഴയും. സാമൂഹ്യ തിന്മയുടെ മറ്റൊരു വാദം. ഒരിക്കൽ അമിതമദ്യപാനിയായ കുഞ്ഞിരാമേട്ടൻ പറഞ്ഞു. 'ഞാൻ കുടി നിർത്തി. അതെന്താ കുഞ്ഞിരാമേട്ടാ പെട്ടെന്ന് എന്നു ചോദിച്ചപ്പോൾ അമ്മോപ്പാ, കുടിക്കാതെതന്നെ കിക്കായത് പോലെ എന്നുത്തരം.'

കാലാവസ്ഥ വ്യതിയാനം എന്നല്ലാതെ മറ്റെന്തു പറയാൻ. എന്നാലും കുഞ്ഞിരാമേട്ടൻ ഭാഗ്യവാനാണ്. ബിവറേജിൽപ്പോയി ക്യൂ നിൽക്കാതെതന്നെ തലക്ക് പിടിക്കുന്നുണ്ടല്ലോ.

ഇവിടെ മദ്യപിക്കാത്ത മോഹൻ ചന്ദ്രൻ മദ്യപാനിയുടെ വേഷം ചെയ്തപ്പോഴും തീർത്തും കപ്പാസിറ്റിയുള്ള ഒരു മദ്യപാനിയായിട്ടാണ് പ്രേക്ഷകർക്ക് തോന്നിയത്. അതാണ് ഒരു കലാകാരന്റെ കരുത്തും ജയവും. ഇങ്ങനെ ഒട്ടനവധി കലാകാരന്മാർ ഇവിടെയുണ്ട്. എൻ. എൻ. പിള്ളയുടെ കാപാലികയും പമ്മന്റെ ചട്ടക്കാരിയും രംഗത്ത് മദ്യപിക്കുന്നുണ്ട്. ജി. വിവേകാനന്ദിന്റെ കള്ളിച്ചെല്ലമ്മയും ഉന്മാദിനിയാണ്. ഇങ്ങനെ എത്രയെത്ര മദ്യപിക്കാത്ത മദ്യപാനികളുണ്ട് നമ്മുടെ കഥകളിലും ജീവിതത്തിലും. അവർ കഥാപാത്രങ്ങളായി അഭിനയിക്കുന്നു. അഭിനയിക്കാൻ അറിയാത്ത മദ്യപാനികൾ ജീവിതവും കുടുംബവും തകർക്കുന്നു.

പൊളിച്ചു നീക്കുന്നത്

എന്തെഴുതിയാലും അതൊക്കെ അച്ചടിച്ചു വരുന്നത് കാഞ്ഞങ്ങാട്ടെ ഒരു പത്രത്തിലാണ്. എന്തുകൊണ്ട് അത് പ്രസിദ്ധീകരിക്കാൻ ഇവിടെ ഒരു പത്രമില്ലാതെ പോയി? അല്ലെങ്കിൽ ഇപ്പോൾ നീലേശ്വരത്ത് എന്താണ് ഉള്ളത്. തൊട്ടടുത്ത ചെറുവത്തൂരിൽ ഇപ്പോഴും പാക്കാനാർ ടാക്കീസുണ്ട്. കാഞ്ഞങ്ങാട് രണ്ടിൽ കൂടുതൽ തിയേറ്ററും. ഒരു ബസ്റ്റാന്റുള്ളത് പൊളിച്ചു നീക്കി. ആധുനിക രീതിയിൽ പുതിയത് ഉടനെ വരുമെന്ന് നഗരസഭ. വരട്ടെ. നല്ല കാര്യം. എന്നാൽ വിജയലക്ഷ്മി ടാക്കീസും ശേഖർ ടാക്കീസും മായയും നിത്യാനന്ദയും ഇനി വരുമോ? ആശ്വാസമുള്ളത് റെയിൽവേ സ്റ്റേഷൻ ആരും എടുത്തു കൊണ്ടുപോയില്ല എന്നതാണ്. തൊട്ടടുത്ത് കാവും സ്കൂൾ മൈതാനവുമുണ്ട്. അതും മറ്റൊരാശ്വാസം.

മേൽപ്പാലത്തിനടുത്തുവരെ പണ്ട് ബസ്സുകൾ വരുമായിരുന്നു. അവിടെയായിരുന്നു പഴയ ബസ്റ്റോപ്പ്. അവിടെന്ന് റെയിൽവേസ്റ്റേഷൻ പോകുന്നിടത്ത് ചെരിപ്പ് കുത്തികളെ കാണാം. ഒപ്പം നീറ്റുകക്ക വിൽക്കുന്ന സ്ത്രീകളെയും. കാൽനടയാത്രക്കാരായിരുന്നു ഏറെയും. ചെരിപ്പ് തേയും. ഇടയ്ക്കിടെ പൊട്ടും. ഓട്ടോ വരുന്നതിനു മുമ്പ് ഇഷ്ടംപോലെ വാടകയ്ക്ക് കൊടുക്കുന്ന സൈക്കിൾ ഷോപ്പുണ്ടായിരുന്നു. റെയിൽവേഗേറ്റിന് അപ്പുറത്താണ് ജീപ്പുകളുടെ താവളം. ചായ്യോം, ചോയ്യങ്കോട്, കൊല്ലംപാറ, കോയിത്തട്ട പോകുന്നവരുടെ ആശ്രയം. യാത്രക്കാരെ കുത്തിനിറച്ചാണ് ഓരോ ജീപ്പും ഓടുന്നത്. ഓടിക്കുന്നവന്റെ ഒരു കാല് എപ്പോഴും പുറത്തായിരിക്കും. ജീപ്പ്ഡ്രൈവറുടെ സ്ഥാനത്ത് യാത്രക്കാരായിരിക്കും ഇരിക്കുക. കാണുമ്പോൾ തോന്നും, അവിടെ ഇരിക്കുന്നവരാണ് ജീപ്പ് ഓടിക്കുന്നതെന്ന്. മനപ്പൂർവം ചവിട്ടി പുറത്താക്കിയതുപോലെ ഡ്രൈവർ പുറത്തേക്ക് ചാഞ്ഞു തൂങ്ങി ഇരിക്കുന്നുണ്ടാകും. വളയം എത്തിപ്പിടിച്ച് ഒരു കാലുകൊണ്ട് ക്ലച്ചും ആക്സിലേറ്ററും ബ്രേ

യ്ക്കും സാഹസപ്പെട്ട് അങ്ങേര് മാറി മാറി ചവിട്ടുന്നുണ്ടാകും. ലോകത്തിലെ ഏറ്റവും വലിയ സർക്കസ്സുകാരാണ് പണ്ട് കിഴക്കൻ മേഖലയിൽ ജീപ്പോടിച്ച ഡ്രൈവർമാർ.

കൂട്ടത്തിൽ പഴയ കല്യാണപ്പന്തലുകൾ എടുത്തു പറയേണ്ടതാണ്. ഓല മെടഞ്ഞു കെട്ടിയ കല്യാണപ്പന്തലുകൾ. പന്തലിനു മുറ്റത്ത് വാഴ കുലച്ചിട്ടുണ്ടാകും. പിന്നെ ഗ്യാസ് ലൈറ്റിന്റെ ശ്വാസവും വെളിച്ചവും. രാത്രിയിലും തെങ്ങിൻ മുകളിൽനിന്ന് കൈമുട്ടും മൈലാഞ്ചിപ്പാട്ടും ഒഴുകുന്നുണ്ടാകും. സമൃദ്ധമായ ഭക്ഷണത്തിനു ശേഷം ഒരു സിഗരറ്റും ഉണ്ടാകും. ആഞ്ഞ് ഒന്നു പുക വിടാൻ. പല്ലിനിടയിൽ കുത്തി കുറ്റം പറയാൻ. ആട് വെന്തിട്ടില്ല. അല്ലെങ്കിൽ മസാല കുറവ്.

വ്യാഴാഴ്ച്ചയാണ് നീലേശ്വരം ചന്ത. ചന്തക്ക് പോകുക എന്നു പറഞ്ഞാൽ ഇന്നത്തെ ഉയർന്ന പരീക്ഷ പാസ്സാകുന്നതിന്റെ ആഹ്ലാദമാണ്. ഉന്തും തള്ളലിൽ ഒരു ലോകംതന്നെ കീഴ്പ്പെടുത്തും. ആ ബഹളത്തിൽ കീശ പോയവരും പേഴ്സ് പോയവരും മറ്റു പലതും പോയവരുമുണ്ടാകും. കൂട്ടത്തിൽ മാധവിയുടെ ചന്തിയും ജാനുവിന്റെ മാറും പിടിച്ചു ഞെക്കും. ആരാണെന്നോ എങ്ങനെയാണെന്നോ ആർക്കുമറിയില്ല. അറിയില്ല എന്നു പറയുന്നവരായിരിക്കും അതിനെക്കുറിച്ച് ഏറ്റവും കൂടുതൽ അറിയുന്നവർ. ചന്ത ഒരു ലോകമാണ്. അത്ഭുത ലോകം. ചന്തയിൽ കച്ചവടക്കാർ മാത്രമല്ല, പലവിധ മുഖങ്ങളെയും ദർശിക്കാം. അതൊരു ആൾക്കൂട്ടത്തിന്റെ ആരവമാണ്. തൊട്ടിലാട്ടത്തിന്റെയും ബലൂൺ കച്ചവടത്തിന്റെയും സാന്നിധ്യം. കാറ്റടിക്കുന്നതായിരുന്നില്ല അന്നത്തെ മിക്ക ബലൂണുകളും. ഊതിപ്പൊന്തിക്കുന്നതായിരുന്നു.

ആതുരാലയങ്ങൾ കുറവായിരുന്നു. എന്നാൽ കൈപ്പുണ്യമുള്ള ഡോക്ടർമാർ ഏറെയുണ്ടായിരുന്നു. അവർ പ്രായമുള്ളവരെ, വയ്യാത്തവരെ വീട്ടിൽപ്പോയി നോക്കുമായിരുന്നു. വാഹനങ്ങൾ നന്നെ കുറവ്. വഴികളും ദുർഘടം. തമ്പ്രാൻ ഡോക്ടറായായിരുന്നു ഏറെ പ്രശസ്തൻ. പിന്നെ ബാലകൃഷ്ണൻ ഡോക്ടറും മഞ്ജുനാഥ പൈയും. പിന്നീടാണ് സി എച്ച് നാരായണനും ഇബ്രാഹിം കുഞ്ഞിയും ഹരിദാസ് വെർക്കോട്ടുമൊക്കെ നീലേശ്വരം എത്തിയത്. അവരൊക്കെ സർക്കാർ സർവ്വീസിൽ വന്നവരാണ്. ഇതിൽനിന്ന് നാരായ

ണൻ ഡോക്ടർ സ്ഥലം മാറിപ്പോയി. ബാക്കി രണ്ടുപേർ സ്ഥിരം നീ ലേശ്വരത്തുകാരുമായി.

പുതിയ നീലേശ്വരത്ത് പുസ്തകങ്ങൾ കുറഞ്ഞു. എഴുത്തുകാർ കുറഞ്ഞു. കോവിഡ് വന്നപ്പോൾ കുറച്ചുപേർ പുസ്തകം തുറന്നു. പണ്ട് വായിച്ചു നിർത്തിയിടത്തുനിന്നും. അല്ലെങ്കിൽ പൂട്ടിയിടലിന്റെ വിരസത മാറ്റാൻ. പരസ്പരം ഉള്ളുതുറന്ന സ്നേഹം ഇന്നാർക്കുമില്ല. കണ്ടാൽ മിണ്ടാതായി. അറിയാതായി. ആർക്കും സമയമില്ല. ഒന്നു ചിരിക്കാൻപോലും. എങ്ങോട്ടാണ് ഈ പോക്ക്? നാട്ടുനന്മ എവിടെ കൊണ്ടുപോയി കുഴിച്ചിട്ടു? അറിയാതെ ആരോടെങ്കിലും ഇതൊക്കെ ചോദിച്ചാൽ ക്യാഹേ? തും കോൺഹേ? എന്നായിരിക്കും മറുപടി. വേഷത്തോടൊപ്പം നാടിന്റെ ഭാഷയും മാറിപ്പോകുന്നു.

സത്യം, നീലേശ്വരം ഇന്ന് വന്നുകൂടിയവരുടെ കുന്നുകളാണ്. വയലു നികത്തിയതുപോലെ കുന്ന് നിരത്താൻ കഴിയുമോ? പഴയ കെട്ടിടങ്ങൾ പൊളിച്ചു നീക്കുന്നതിനിടയിൽ പഴയ സംസ്ക്കാരവും ഒലിച്ചു പോകുന്നു. നാട് നീങ്ങുന്നു.

പാമ്പും മനുഷ്യരും

ഡോ.ഹരിദാസ് വെർക്കോട്. ഇദ്ദേഹം നീലേശ്വരത്തുകാരുടെ ഡോക്ടർ മാത്രമല്ല, പാമ്പിന്റെയും മനുഷ്യരുടെയും ചങ്ങാതി കൂടിയാണ്.

'പാമ്പിനു മനുഷ്യനെപ്പോലെ വിഷമുണ്ടോ? ശരിക്കും പകയുള്ള ജീവി മനുഷ്യനല്ലേ? ' എത്രയോ തവണ ചോദിച്ചതാണ്. ഉത്തരം പറയുമ്പോഴായിരിക്കും പാമ്പുകടിയേറ്റ അടുത്ത ആളെ കൊണ്ടുവരുന്നത്.

ഏത് സംശയത്തിനും മരുന്നുണ്ട്. അതുകൊണ്ടാണ് ഭിഷഗ്വരൻ എന്നതിലുപരി എനിക്കദ്ദേഹം അക്ഷരസ്നേഹിയായത്. ഞങ്ങൾക്കു പണ്ട് ഒരു കയ്യെഴുത്ത് മാസിക ഉണ്ടായിരുന്നു. രഥം. നീലേശ്വരം റിഥം എന്ന കൂട്ടായ്മയുടെ. നീലേശ്വരം മാർക്കറ്റിലാണ് അതിന്റെ ഓഫീസ്. പകൽ നേരം കേരംസ്, വൈകീട്ട് പാലം. അതിനു മുകളിലെ ഇരുത്തം. അസ്തമനവും അസ്തിത്വവാദവും. അതുകഴിഞ്ഞ് നാടകം. ചർച്ച. സംവിധായകന്റെ കാഞ്ചിവലി. നടന്റെ പിന്മാറ്റം. നടിയുടെ മെയ്ക്കപ്പ്. ഒടുവിൽ കളിച്ചു കളിച്ചു നാടകം തട്ടകത്തിൽ കയറി. കളി കഴിഞ്ഞു മെയ്ക്കപ്പ് അഴിക്കാൻ നായകൻ സമ്മതിക്കുന്നില്ല. നാടകത്തിൽ അയാൾ രാജാവാണ്. ഒരു ദിവസമെങ്കിലും ജീവിതത്തിലും അയാൾക്ക് അതാവണമത്രേ. അണിയറയിൽനിന്ന് ആരോ പറയുന്നത് കേട്ടു. 'മത്തിറങ്ങുമ്പോൾ സകലതും തനിയേ അഴിയും.....' അക്കാലത്തെ ഓരോരോ നാടക സങ്കൽപ്പങ്ങൾ. തീർന്നില്ല. സകല വായനശാലയും പരതി. പുസ്തകപ്പുഴുവായി. മറ്റൊരു കഥാപാത്രമായി. പതുക്കെ പുഴുക്കൾക്ക് ജീവൻ വെച്ചു. കവിയും അധ്യാപകനുമായ സുവർണ്ണവല്ലി മാഷും മുമ്പേ എഴുതിത്തുടങ്ങിയ റസാക്കും എഴുത്തിന് പ്രചോദനമായി. കൂട്ടത്തിൽ പലരുടേയും കഥ ബാലപംക്തിയിൽ അച്ചടി പുരണ്ടു. അപ്പോഴാണ് ഹരിദാസ് വെർക്കോട് ദേശാഭിമാനിയിൽ ഒരു പംക്തി

കൈകാര്യം ചെയ്യുന്ന വിവരമറിഞ്ഞത്.

ഞങ്ങൾ രഥവുമായി ഡോക്ടറെ കാണാൻപോയി. കയ്യെഴുത്തു മാസിക വായിച്ചു ചില നിർദ്ദേശങ്ങൾ തന്നു. കുറേ തിരുത്തലുകളും. അടിയന്തരാവസ്ഥ വന്നത് 1975 ലാണ്. അതിനുമുമ്പേ എഴുപത്തി രണ്ട്, എഴുപത്തി മൂന്നിൽ ഞങ്ങൾക്കു പനി വന്നു. പാലത്തിനു മുകളിലുള്ള സന്ധ്യാസ്തമനംകണ്ടു പേടിച്ച പനി. എഴുത്തും വായനയും നാടകവും അഭിനയവും പിടികൂടിയ ചില രൂപകങ്ങൾ. തല വലുതാകുന്നു. തല ഇല്ലാതാകുന്നു.

'കഴുത്ത് നേരെ പിടിക്കാൻ പറഞ്ഞു. കണ്ണ് തുറന്നു നോക്കാനും. ചില നോട്ടത്തിൽ കശപിശ ഉണ്ടാകും. അതത്ര കാര്യമാക്കേണ്ട....'

ഇതാണ് ഹരിദാസ് വെർക്കോടിൽനിന്ന് ആദ്യമായി എനിക്കു കിട്ടിയ ചികിത്സ. ഇടയ്ക്ക് നോട്ടത്തിൽ കുണ്ടും കുഴിയും ആവർത്തിക്കുമ്പോൾ ഡോക്ടർ പറയും. 'ഒരു മരുന്നും വേണ്ടാ. എഴുതിക്കോ. എഴുത്താണ് അതിനുള്ള ചികിത്സ...' അങ്ങനെ എഴുതിത്തുടങ്ങിയപ്പോഴാണ് ബന്ധുക്കൾ പറഞ്ഞത്. 'ഒസുവാസ്. വേഗം ജിന്നുമ്മാനെ കാണിക്ക്. ഓറ് മന്ത്രിച്ച് ഊതട്ട്....' ബന്ധുക്കൾക്കറിയില്ലല്ലോ ഒരു മന്ത്രത്തിലും ഒതുങ്ങാത്തതാണ് ഈ രോഗമെന്ന്. അങ്ങനെ ചെറുപ്പത്തിലേ രോഗിയായി. എഴുത്തിന്റെ, വായനയുടെ മഹാരോഗി.

ദേശാഭിമാനി വാരികയുടെ പത്രാധിപർ സിദ്ധാർത്ഥൻ പരുത്തിക്കാട് കാണുമ്പോഴൊക്കെ പറയും. ഡോക്റ്ററുടെ എഴുത്തിനെക്കുറിച്ച്. ചികിത്സയെക്കുറിച്ച്. അപ്പോൾ ഞാൻ പറയും. എന്നെപ്പോലെ വിഷം തീണ്ടിയവരും ഡോക്റ്ററെപ്പോയി കാണുന്നവരാണ്. വാസ്തവത്തിൽ ആ കൂടിക്കാഴ്ച്ചയിലാണ് ലോകസിനിമയെക്കുറിച്ചൊക്കെ ഞാൻ കേട്ടറിഞ്ഞത്. സിനിമ ഡോക്ക്ടർക്ക് എന്നും ആവേശമാണ്. ഒരിക്കൽ കാർട്ടൂണിസ്റ്റും സംവിധായകനുമായ ജി.അരവിന്ദന്റെ സിനിമാ വിശേഷങ്ങൾ പങ്കുവെച്ചു. ചിത്രീകരണം തീരുംവരെ അരവിന്ദന്റെ ഉത്തരായണം സിനിമയോടൊപ്പം ഉണ്ടായിരുന്നു. ഇങ്ങനെ ആനുകാലികവും പുസ്തകങ്ങളും സിനിമയുമായി ഏറെ ബന്ധമുള്ള ആളാണ് നീലേശ്വരം ചിറപ്പുറത്തെ അറിയപ്പെടുന്ന വിഷചികിത്സകൻ ഡോ. ഹരിദാസ് വെർക്കോട്.

പാലക്കാടുകാരനായ ഡോക്ടർ നീലേശ്വരത്തുകാരനായി, ഞങ്ങളിലൊരാളായി. നീലേശ്വരത്തുകാരനായ ഞാൻ ഇന്ന് മറ്റൊരിടത്തു

മായി. കാലം എവിടെയൊക്കെയോ എത്തിക്കുന്നു. എന്തൊക്കെയോ എഴുതിക്കുന്നു. ഡോക്ടറെ കണ്ടിട്ട് കുറേയായി. നാട്ടിലാണെന്ന് കേട്ടു. ഒന്നു വിളിക്കണം.

ഇവിടെ ഓരോ മുറിയും ഓരോ മനുഷ്യരാണ്

നീലേശ്വരം ജുമായത്ത് കെട്ടിട്ടത്തിൽ അനേകം കച്ചവടക്കാരുണ്ട്. കൂട്ടത്തിൽ എന്റെ കാർന്നോന്റെ (ഉമ്മയുടെ ആങ്ങള) ഒരു പച്ചക്കറിപ്പീടികയും ഉണ്ടായിരുന്നു. ആ പീടികയിൽ ഒഴിവു നേരം ഞാൻ പോയി ഇരിക്കും. കാർന്നോനെ സഹായിക്കാൻ. വ്യാഴാഴ്ച്ച ചന്തദിവസം കാർന്നോറ് എനിക്ക് ഒരുറുപ്പിക തരും. 30 പൈസക്ക് ചോറ് കിട്ടുന്ന കാലം. അതെന്റെ ശമ്പളമാണ്. ഇടവേളയിൽ അദ്ധ്വാനിച്ചുണ്ടാക്കുന്നത്. ആ സമയത്തുതന്നെ എന്റെ പല സുഹൃത്തുക്കളും അടക്ക ഉരിയും. തെങ്ങിന് വെള്ളം ഒഴിക്കും. ബസാറിലെ ക്ളോത്ത് സ്റ്റോറിലും വെറ്റിലപ്പീടികയിലും അവരവരുടെ പിതാവിനെ അല്ലെങ്കിൽ ബന്ധുക്കളെ സഹായിക്കും. എല്ലാം ഒരു പാർടൈം ജോലിപോലെ. പുറത്തു കൊടുക്കുന്ന കൂലി സ്വന്തക്കാർക്ക് എന്ന അടിസ്ഥാന ശമ്പളത്തിൽ.

ജുമായത്ത് കെട്ടിടം പുതുക്കി പണിതു. അക്കൂട്ടത്തിൽ തൊട്ടടുത്ത പല അരങ്ങുകളും തകർത്താടിയ ഞങ്ങളുടെ മദ്രസ്സത്തിണ്ണയും അപ്രത്യക്ഷമായി. അതോടെ ഞങ്ങളുടെ സന്ധ്യകളും മാഞ്ഞുപോയി. കൂരിരുട്ടായി. ഞങ്ങൾ പലയിടത്തുമായി.

ജുമായത്ത് കെട്ടിടത്തിൽ അന്നും ഇന്നും പ്രവർത്തിക്കുന്ന ഒരു ബാർബർ ഷോപ്പുണ്ട്. മനോഹർ ഹെയർ ഡ്രസസ്സ്. അന്ന് ഇതിനു പേരില്ല. അപ്പനാഥന്റെ ബാർബർ ഷാപ്പ് എന്നാണ് അറിയപ്പെട്ടിരുന്നത്. എന്റെ അറിവിൽ മൂന്നു തലമുറകളുടെ (എന്റെ ഉപ്പ, ഞാൻ, എന്റെ മകൻ) തല 'തടവിയ' അപ്പനാഥന്റെ കട. അപ്പനാഥൻ ആരാണെന്നോ ഇവിടെ എത്തിയതെന്നാണെന്നോ എനിക്കറിയില്ല. ഈ അടുത്ത കാലത്ത് കണ്ടപ്പോഴും ഞാനത് അന്വേഷിച്ചില്ല. അന്വേഷിക്കേണ്ട ഒരു കാര്യവുമില്ല. അയാൾ അന്നും ഇന്നും നീലേശ്വരത്തുകാരനാണ്. ഈ മണ്ണിന്റെ മണമാണ്. എന്നിട്ടും അപ്പനാഥന്

എന്തുകൊണ്ട് ഇതുവരെ മലയാളം ശരിക്കും വഴങ്ങാതെ പോയി? അയാൾ സംസാരിക്കുന്നത് അയാളുടെ ഭാഷയാണ്. അതും മലയാളമാണ്. അപ്പനാഥൻ മലയാളം. എന്നെ ഏഴാം ക്ലാസുവരെ മൊട്ടയടിച്ചു വിട്ട അപ്പനാഥൻ. ഓർക്കുമ്പോൾ ദേഷ്യം വരും. കണ്ണിൽ നിന്നു വെള്ളം വരും. എന്നെ ഒരിക്കലെങ്കിലും മുടി വളർത്താൻ അനുവദിച്ചില്ല. ഇല്ല, അപ്പനാഥൻ എന്റെ വിങ്ങൽ കേട്ടില്ല. 'അവുക്കരേ, നെന്റെ തല ഇങ്ങനെ കൊയ്യാനാണ് നെന്റെ ഉപ്പ പെരഞ്ഞത്.....' അതുകേട്ടപ്പോൾ തല തടവി ഞാൻ കൂടുതൽ സങ്കടപ്പെട്ടു. എനിക്കു വയ്യ. കൂടെ പഠിക്കുന്ന ഭാസ്ക്കരൻ കരിക്ക് ചെത്തിയതുപോലെ ക്രോപ്പ് ചെയ്തു നടക്കുന്നു. കുട്ട്യാലിയും മൊയ്തീനും മുടി വളർത്തുന്നു. ഞാനോ? മൊട്ടയടിച്ച് ഉറുമാലും കെട്ടി നടക്കുന്നു. എന്തൊരു നാണക്കേട്.

അപ്പനാഥന്റെ തൊട്ടടുത്ത് അന്തിച്ചാന്റെ ബീട ബീഡിക്കടയാണ്. കൊയ്ത്തുകാലത്താണ് കോട്ടയത്തുനിന്നും താറാവുകൾ കൂട്ടത്തോടെ എത്തുന്നത്. അന്തിച്ചാന്റെ പീടികയിൽ ചളിപുരണ്ട താറാമുട്ട തൂങ്ങുന്നുണ്ടാകും. അത് തൂക്കിയിടാൻ കമ്പിവലപോലെയുള്ള ചെറിയ കൂടുണ്ട്. അന്തിച്ചാന്റെ കടയിൽ ചുരുട്ടും കിട്ടും. പഴയ പൊക്കൻ ചുരുട്ട്. അതിനപ്പുറത്താണ് നാരാണ്ടന്റെ തുണിപ്പീടിക. അവിടെയെന്നും തുന്നക്കാരൻ അമ്പുവേട്ടന്റെ മെഷീൻ കരയുന്നുണ്ടാകും. നൂല് പൊട്ടുന്നുണ്ടാകും. ആ കരച്ചിലിലും പൊട്ടലിലും അങ്ങേര് കേൾക്കുന്നുണ്ടാകും, അതിലൂടെ പോകുന്ന സുന്ദരികളുടെ കുപ്പിവളക്കിലുക്കം.

നാരാണ്ടന്റെ തുണിപ്പീടികയ്ക്ക് തൊട്ടടുത്താണ് കിഴങ്ങ്മുറി. അത് എന്റെ ഉപ്പയുടേതാണ്. ഉപ്പ കിഴങ്ങ് കച്ചവടക്കാരനാണ്. ആ മുറിയിൽ ഞാനെന്നും കുറേ കാലിച്ചാക്കും, ചാക്ക് തുന്നുന്ന സൂചിയും, മാറാലയും കയറുമേ കണ്ടിട്ടുള്ളൂ. എന്നാലും അതിനകത്ത് കയറുമ്പോൾ ഉപ്പയുടെ വിയർപ്പിന്റെ മണമുണ്ടാകും. കഠിനാദ്ധ്വാനത്തിന്റെയും കൊണ്ടവെയിലിന്റെയും മണം. ഇടയ്ക്ക് ആ മുറിയിൽ "തശിരിബിന്റെയും മറിയമ്പി ആയിഷ പൂവിചമഞ്ഞതിന്റെയും" പൂവരികൾ ഉണ്ടാകും. അതിന്റെ ആഹ്ലാദവും താളലയവുമുണ്ടാകും. ഏറ്റവും അറ്റത്താണ് രാമേട്ടന്റെ ബാർബർ ഷാപ്പ്. രാമേട്ടൻ എന്റെ അയൽക്കാരനാണ്. പഞ്ചഗുസ്തിയും അത്യാവശ്യം മെ

യ് അഭ്യാസവും അറിയുന്ന ആൾ. രാമേട്ടന്റെ മരക്കസേരയിൽ ആളുകൾ കുറവാണ്. എന്നാലും രാമേട്ടൻ കത്തിക്ക് മൂർച്ച കൂട്ടിക്കൊണ്ടിരിക്കും.

മാർക്കറ്റിന്റെ ഹൃദയം അന്ന് എത്ര വിശാലമായിരുന്നു. സൈക്കിൾ അന്ത്രുമാനിച്ച റിപ്പയറിങ് സമയത്ത് സൈക്കിൾ തൂക്കിയിടുന്നതും കാറ്റടിക്കുന്നതും കാണാൻ ബഹുരസമാണ്. ഒരു പ്രത്യേക സ്റ്റയിൽ. ഒരുപാട് ഉയരമുള്ള മനുഷ്യന്റെ ചെരിഞ്ഞുനിന്നുള്ള കാറ്റടിക്കൽ. മണ്ടികൃഷ്ണന്റെ മൈക്കും പാട്ടും. കണ്ണേട്ടന്റെ ദോശയും ചമ്മന്തിയും. കൈവണ്ടിയും കാളവണ്ടിയും എല്ലാം ചേർന്നുള്ള സമാഗമം.

രാമേട്ടൻ എവിടെയോ ഇരുന്ന് കത്തിക്ക് മൂർച്ച കൂട്ടുന്നു. പോയ കാലത്തിന്റെ അമർഷംപോലെ. നനഞ്ഞ ജീവിതത്തിന്റെ ഇരമ്പം പോലെ. മണ്ടികൃഷ്ണേട്ടൻ മുല്ലപ്പൂ മണമുള്ള യുഗ്മഗാനം വെച്ചു. പല്ലവിയും അനുപല്ലവിയും പാടിത്തകർക്കുന്നു. ബാവച്ച പുഴമീനുമായി വന്നു. കൊളാനും തിരുതയുമുണ്ട്. സോഡക്കാരൻ സൈക്കിൾ ആഞ്ഞു ചവിട്ടുന്നു. കാലം. മഹാകാലം. പള്ളിയിൽനിന്ന് ബാങ്ക് വിളി. അപ്പോൾ കൃഷ്ണേട്ടൻ മൈക്ക് ഓഫാക്കി. ചെണ്ടക്കാരനും തെയ്യവും നടന്നു പോകുന്നു. ബാങ്ക് കേട്ടപ്പോൾ അവരും നിശ്ശബ്ദരായി. കാലത്തിന്റെ ഓർമ്മകളിൽ തീ പടരുന്നു. സ്നേഹത്തിന്റെ, സൗഹൃദത്തിന്റെ, ഒരുമയുടെയും തനിമയുടെയും സുഖമുള്ള ചൂട്. അതിന്റെ തീ.

ഡിസംബർ

കയ്യിൽ കുറച്ചു പുസ്തകങ്ങൾ ഉണ്ട്. വലിയ വാക്കുകളൊ ചെത്തിമിനുക്കിയ അദ്ധ്യായങ്ങളൊ ഇല്ലാത്തത്. നടന്നതൊക്കെ മരുഭൂമിയിലാണ്. പച്ചപ്പുകളും പോയത്തങ്ങളും തറവാടും പിറകെയായി. ഇതിനിടയിൽ പലയിടത്തും എന്നെത്തന്നെ അനാഛാദനം ചെയ്തു. മഴയും തീയും വിഴുങ്ങി. എല്ലായിടത്തും കോമാളി വേഷമായിരുന്നു. അതൊക്കെ ചാഞ്ഞു പെയ്യുന്ന എന്റെ ജീവിതമാണ്.

***

ഷാർജ മുസല്ലയിലെ കൊച്ചുമുറിയിലിരുന്ന് 'മണൽനഗരം' തിരക്കഥ എഴുതുമ്പോൾ മരുഭൂമിക്ക് ഒട്ടും ചൂടുണ്ടായിരുന്നില്ല. പൊടിക്കാറ്റും ഈന്തപ്പനകളും ഒട്ടകങ്ങളും കെട്ടിടങ്ങളും വിയർത്തൊലിക്കുമ്പോഴും മരുഭൂമി ഒരിക്കലും എന്നെ പൊള്ളിച്ചില്ല. പഴയ അരങ്ങുകൾ തേടി, ഓർമ്മകൾ തേടി വീണ്ടും എന്നിൽത്തന്നെ ഞാൻ മേയുന്നു.

***

നന്നായി കുരക്കും. വാലില്ല. ഫലിത പ്രിയനാണ്. ഇതിനിടയിൽ എഴുതുകയും ചെയ്യും. എല്ലാ രോഗത്തിനും വായനയാണ് ചികിത്സ. അക്കരേയും ഇക്കരേയും വാളെടുത്തവരൊക്കെ തുള്ളുന്നു. ഇടയിൽ വാളില്ലാത്തവരും തുള്ളും. കാണുമ്പോൾ അഹങ്കാരമായി തോന്നരുത്.

***

എല്ലാവരും എഴുത്തുകാരായതിൽ സന്തോഷമുണ്ട്. പ്രിയപ്പെട്ട വായനക്കാരാ, ക്ഷമിക്കുക. സഹിക്കുക. സഹനമാണ് സർഗാത്മകമായ ഏറ്റവും വലിയ കഴിവ്.

***

മൈക്കും നാവും തമ്മിൽ എന്തെങ്കിലും ബന്ധമുണ്ടോ? നാവിന്റെ നൊടിച്ചിൽ (വർത്തമാനം) കേട്ട് മൈക്ക് വളയുന്നു.

സുറാബ്

***

ട്രെയിൻ സ്റ്റേഷനിൽ വന്നു നിൽക്കുന്നു. എങ്ങോട്ട് പോണം? ഇറങ്ങേണ്ടിടത്ത് സ്റ്റോപ്പില്ല. ഒരു ചായ കുടിച്ചു. തീവണ്ടിച്ചായ. പരിചയക്കാർ ആരും തന്നെ ഇല്ല. ബസ്സ്റ്റാന്റിലേക്ക് പോണം. തിരിച്ചു നടക്കുമ്പോൾ പലരേയും ഓർത്തു. പെട്ടെന്നു വന്ന ചാറ്റൽ മഴ കുടയില്ലാത്ത എന്നെ നനയിക്കുന്നു. ഏത് ഓർമ്മകളും തേടിയാണ് പുറപ്പെട്ടത്? അങ്ങോട്ടുമിങ്ങോട്ടും ഒരു മിന്നാമിനുങ്ങ്പോലെ.

***

ഡിസംബർ 6. ഒരു വലിയ ഓർമ്മദിനം. 2015 ഡിസംബർ ആറിനായിരുന്നു പ്രവാസകാലം കഴിഞ്ഞ് തിരിച്ചെത്തിയത്. ആറ് വർഷമായി നാട്ടിൽ. ഇന്നും വേരുറച്ചിട്ടില്ല. എല്ലാ കാര്യത്തിനും പ്രവാസം ഒരു കാലയളവു തന്നെയാണ്. നീണ്ട ഗ്യാപ്പ്. പൊട്ടിയതും കുഴികളും നികത്താം. ഒരിക്കലും നികത്താൻ പറ്റാത്തതാണ് ഓരോ പ്രവാസിയുടെയും മണൽജീവിതം. ഉച്ച. വെയിലിന് ചൂടേറുന്നു. ആരുപറഞ്ഞു, ഡിസംബർ മഞ്ഞുകാലമാണെന്ന്.

***

ഞാനൊരു എഴുത്തുകാരനാവാൻ ആഗ്രഹിച്ചതല്ല. കുട്ടിക്കാലത്ത് എന്റെ മോഹം വലിയ ഒരു ഡ്രൈവറാകണമെന്നായിരുന്നു. കുന്നും മലയും പാലവും കടന്നുപോകുന്ന വലിയ വണ്ടിയുടെ ഡ്രൈവർ. ഭാവിയിലാരാകണമെന്ന ചോദ്യത്തിന് സഹപാഠികൾ ഡോക്ടറും എഞ്ചിനീയറും പൈലറ്റും ആകണമെന്നു എഴുതിയപ്പോൾ ഞാനെന്റെ പ്രബന്ധത്തിൽ വലിയൊരു ഡ്രൈവറാകണമെന്നായിരുന്നു കുറിച്ചത്. അന്നേ ദിവസം ഹൈവേ റോഡിലെ കൂറ്റൻ അരയാലിൽ ഒരു ലോറി വന്നു ഇടിച്ചു. കുറുകെ ചാടിയ ആരെയോ രക്ഷിക്കാനുള്ള ശ്രമം. തൊട്ടടുത്ത് മൂന്നു ജഡങ്ങൾ വെള്ള പുതച്ചു കിടത്തിയിരിക്കുന്നു. ചോരയും ഒഴുകുന്നു. അന്നുതന്നെ പേടിയും വിറയലുമോടെ ഞാനെന്റെ പ്രബന്ധം തിരുത്തി. എനിക്കും എഞ്ചിനീയറാവണം.

എഞ്ചിനീയറായില്ല. ഡോക്ടർ ആയില്ല. പൈലറ്റും ഡ്രൈവറും ആയില്ല. പകരം ഞാൻ മറ്റെന്തോ ആയി. ഇപ്പോഴും എനിക്കു പറയാൻ കഴിയില്ല. ഞാനൊരു എഴുത്തുകാരനായോ എന്ന്. എന്നാൽ പുസ്തകമാണ് എനിക്കെല്ലാം. പുസ്തകം എടുക്കുമ്പോൾ എല്ലാം

മറക്കുന്നു. ആധിയും വ്യാധിയും വേദനകളും സങ്കടങ്ങളുമെല്ലാം. കണ്ണിനു വയസ്സായി. എന്നിട്ടും അത് അക്ഷരങ്ങളെ അരിച്ചു പെറുക്കുന്നു.

***

എന്റെ ഏറ്റവും അടുത്ത അയൽ പ്രദേശമാണ് നീ. കുട്ടിക്കാലത്ത് സൈക്കിൾ ചവിട്ടി വരുന്ന സ്ഥലം. ഞാനേറ്റവും ഇഷ്ടപ്പെട്ട പുസ്തകവും നീയാണ്. വായനയിൽ ഏറെ ആനന്ദിച്ചത്. പർവ്വതം കണ്ടുപിടിച്ചത് നീയാണോ? നീ മൂലമാണല്ലോ ഞാനെല്ലാ പർവ്വതവും കണ്ടത്. ഞാനിപ്പോൾ അതിന്റെ കൊടുമുടിയിലാണ്. എന്നിട്ടും നിന്നെ കാണുന്നില്ലല്ലോ.

***

വടക്കൻ മണ്ണിൽ അന്ധതനിറഞ്ഞ കാലത്തായിരുന്നു മഹാകവി ഉബൈദ് എഴുതിത്തുടങ്ങിയത്. വീട്ടിലേക്ക് കവിത നടന്നു കയറിയത്. കാലങ്ങൾക്കിപ്പുറത്തിരുന്ന് ഞാനൊക്കെ എഴുതുമ്പോഴും വായിക്കുമ്പോഴും എന്റെ ചുറ്റുപാടുകൾ ഇപ്പോഴും ഭ്രാന്തിന്റെ അസഹിഷ്ണുത പ്രകടിപ്പിക്കുന്നു. അപ്പോൾ അക്കാലത്ത് അക്ഷരദീപം തെളിയിച്ച നിങ്ങളെ എത്രമാത്രം കല്ലെറിഞ്ഞു കാണും. ആർക്കും കുഴിച്ചുമൂടാൻ കഴിയാത്തതാണ് ഓരോ കവിതകളും. എന്നിട്ടും ആരാണ് നിങ്ങളെ വരാന്തയിൽ തളച്ചിട്ടത്?ഏതിരുട്ടിലാണ് വിളക്ക് വെയ്ക്കേണ്ടത്?

***

കുഞ്ഞുണ്ണി മാഷിന്റെ കൈപ്പടയും കൈവരയും.

പുസ്തകം സൂക്ഷിക്കുമ്പോലെത്തന്നെ ഞാൻ കത്തുകളും സൂക്ഷിക്കുന്നു. ഒരുപക്ഷേ എന്റെ അടുത്ത പുസ്തകം 'എനിക്കു വന്ന കത്തുകളായിരിക്കും'. അത്രമാത്രം കൈപ്പടകൾ എന്റെ സൂക്ഷിപ്പിലുണ്ട്. ഇതിൽ ഏറ്റവും കൂടുതൽ കത്തുകളും പോസ്റ്റൽ കാർഡുകളുമുള്ളത് കുഞ്ഞുണ്ണി മാഷിന്റേതാണ്. ഓരോ ആഴ്ച്ചയിലും എനിക്കെഴുതും. അയക്കുന്ന ഓരോ ഇൻലന്റിനു മുകളിലും മാഷ് വരച്ച ചിത്രങ്ങളുണ്ടാകും. മാഷിന്റെ ഭരണിയിൽ കൽക്കഷ്ണവും വളപ്പൊട്ടുകളും കുടുക്കുകളുമാണേറെയും. അതുപോലെ ഹൃദയത്തിൽ കവിതകളും ചിത്രങ്ങളും. മാഷ് വരക്കുന്നത് അധികമാർക്കും അറിയില്ല. എന്നെപ്പോലെയുള്ള ശിഷ്യന്മാർക്കല്ലാതെ. 'മോനേ' എന്ന വിളിക്ക് മകനോടുള്ള കരുണയും വാത്സല്യ

വുമുണ്ടായിരുന്നു. വല്ലാത്തൊരു സ്നേഹവായ്പ്പും.

***

സന്തോഷ് ഒഴിഞ്ഞവളപ്പ് കവിയാണ്. അഞ്ചിലേറെ കാവ്യ സമാഹാരങ്ങളുടെ കർത്താവാണ്. ഞങ്ങൾ ഒരേ സ്കൂളിൽ പഠിച്ചവർ.

കുറേ കാലത്തിനു ശേഷം യാദൃച്ഛികം ഇന്ന് ബസ്സ് യാത്രയിൽ കണ്ടു. പുസ്തക വിൽപ്പനയാണ് പണി. കമ്മീഷൻ വ്യവസ്ഥയിൽ. ഇടയ്ക്ക് കല്ല് ചുമന്നു. കൂലിപ്പണിക്ക് പോയി. ജീവിതമാണ് ഏറ്റവും വലിയ സാഹിത്യം. കവിത അതിലെ വിശപ്പും.

ബേഗ് തുറന്ന് പുതിയ കുറച്ചു പുസ്തകങ്ങൾ കാണിച്ചു തന്നു. ഒരെഴുത്തുകാരൻ മറ്റുള്ളവർ എഴുതിയ പുസ്തകവുമായി അലയുന്നു. സഞ്ചരിക്കുന്നു. വിപ്ലവം അയാൾക്ക് വിശപ്പാണ്. എല്ലാവരും വയറുനിറച്ചും വായിക്കട്ടെ.

***

ബുക്ക് ഫെയറിൽ പങ്കെടുത്തതിന്റെ സമ്മാനവുമായിട്ടാണ് സുഹൃത്തും ഭാര്യയും മകൻ സവാദിനെ കാണാൻ പോയത്. സർട്ടിഫിക്കറ്റ് വിതരണത്തിനു മുമ്പേ എനിക്കു മടങ്ങേണ്ടി വന്നു. എന്നാലും അത് കൈവന്നല്ലോ. വലിയ സന്തോഷായി.

വർഷങ്ങൾക്കു മുമ്പ് ഷാർജയിലെ ഒരു പഴയ വില്ലയിലെ അന്തേവാസികളായിരുന്നു ഞങ്ങൾ. ഞാനും കൊച്ചുബാവയും മോഹൻകുമാറും പ്രേംദാസും രാജനുമൊക്കെ. അന്നത്തെ വ്യാഴാഴ്ച്ചകൾ ഉറങ്ങാത്തതാണ്. പിറ്റേന്ന് അവധിയാണല്ലോ. രാത്രി മുഴുവനും കഥയും കവിതയും പാട്ടും നിറയും. തുള്ളിത്തുളുമ്പും. തൊട്ടടുത്തുള്ള കവികളും കഥാകൃത്തുക്കളും വന്നു ചേരും. പിന്നെ ഉത്സവമാണ്. അടിപിടിയാണ്. ആവേശമാണ്. എല്ലാം ഒരുപിടി അക്ഷരങ്ങൾക്കു വേണ്ടി. സത്യം, അന്ന് അക്ഷരങ്ങൾകൊണ്ടായിരുന്നു ഞങ്ങൾ വീട് പണിതത്. ഒടുവിൽ പണിതീരാത്ത വീട്ടിൽ നിന്നു കൊച്ചുബാവ നേരത്തേ മടങ്ങി. ബാക്കിയുള്ളവർ അവിടെയുമിവിടെയുമായി. നഷ്ടസ്വപ്നങ്ങളും വേദനയുമുണ്ടെങ്കിലും ഇന്നിപ്പോൾ അതൊക്കെ ഓർക്കുമ്പോൾ അഭിമാനമുണ്ട്. ആ അക്ഷരക്കളരിയിൽനിന്ന് എന്റെ സുഹൃത്ത് ബുക്ക് ഫെയറിന്റെ തലപ്പത്തെത്തിയല്ലോ. മരുഭൂമിയിലെ ഓർമ്മകൾക്ക് എന്ത് ചൂടാണ്.

***

ചാഞ്ഞുപെയ്യുന്ന ഓർമ്മകൾ

ഞാനിന്നലെ ഒരു ഹയർ സെക്കണ്ടറി സ്കൂളിൽ പോയി. ഭാര്യ പഠിച്ച സ്കൂളിൽ. ജിംഖാന എന്ന സംഘടന മുപ്പത്തിരണ്ടായിരത്തോളം വിലയുള്ള പുസ്തകങ്ങൾ സ്കൂൾ ലൈബ്രറിക്കു നൽകി. എല്ലാം ഏറ്റവും പുതിയ പുസ്തകങ്ങൾ. അതിന്റെ ചടങ്ങിനാണ് പോയത്. ഇത്രയും വിലപിടിപ്പുള്ള പുസ്തകങ്ങൾ കൈമാറാൻ എന്നെ ഒപ്പം കൂട്ടിയതിൽ സന്തോഷവും നന്ദിയും പറഞ്ഞു.

ജിംഖാനയുടെ ഭാരവാഹികൾ വേറെ എന്തോ ആവശ്യത്തിന് സ്കൂളിൽ പോയപ്പോൾ പ്രാധാന അധ്യാപിക പറഞ്ഞത് ഇപ്പോൾ ഏറ്റവും വലിയ ആവശ്യം ലൈബ്രറിയിൽ പുസ്തകമില്ലാത്തതാണ്. രണ്ടു ദിവസത്തിനകം തന്നെ സംഘാടകർ അത് നിറവേറ്റുകയായിരുന്നു. ശരിക്കും പുസ്തകം ആവശ്യപ്പെടുന്നിടത്താണ് വായന വളരുന്നത്. അതിനു സാക്ഷിയാവാൻ കഴിയുക എന്നുള്ളത് മഹാഭാഗ്യവും.

പുസ്തകംകൊണ്ട് പലയിടത്തും അവഗണന നേരിട്ടവനാണ് ഞാൻ. ഔദ്യോഗിക ജീവിതം കഴിഞ്ഞു മടങ്ങി വരുമ്പോൾ പുസ്തകക്കെട്ടു കണ്ട് കാർഗോവിൽനിന്ന്, കസ്റ്റംസിൽനിന്ന്, കുടുംബത്തിൽനിന്ന്, നാട്ടുകാരിൽനിന്ന്. അവർക്കൊക്കെ പറയാനുള്ളത് ആദ്യമായി ഒരു കാസർകോട്ടുകാരൻ ഗൾഫിൽനിന്നു വരുമ്പോൾ പുസ്തകം ചുമന്നു വന്നതിനെക്കുറിച്ചാണ്. ഇതിനുമുമ്പ് അവരൊക്കെ കണ്ടത് സ്വർണ്ണവും മീൻഗുളികയും (അതും സ്വർണ്ണം) കുങ്കുമപ്പൂവും കൊണ്ടുവരുന്നതാണ്.

അഭിമാനമുണ്ട്. കാസർകോട് വെറും കള്ളക്കടത്ത് ജില്ല എന്നു മുദ്രകുത്തിയിടത്ത് പുസ്തകം ഉയർത്തിപ്പിടിച്ച് ഇങ്ങനെ നിൽക്കാൻ കഴിഞ്ഞതിൽ.

***

എനിക്കും കേരളത്തിനും ഏകദേശം ഒരേ പ്രായമാണ്. ഞാൻ 1955 ലും കേരളം 1956 ലുമാണ് ഉണ്ടായത്. ഇതിൽ ആരാണ് എളുപ്പം വയസ്സായിപ്പോയത്?

കേരളപ്പിറവി ദിനത്തിൽ ഇവിടുത്തെ ഒരു കോളേജ് വിദ്യാർത്ഥികളോടാണ് ഞാനിങ്ങനെ ചോദിച്ചത്. കോളേജ് ലൈബ്രറിയിൽ ദേശത്തെ എഴുത്തുകാരുടെ സമ്പൂർണ്ണ കൃതികൾ ശേഖരിച്ച് ഓരോ എഴുത്തുകാരനും ഇടം ഒരുക്കുന്നതിന്റെ ഉദ്ഘാടന ദിവസമായിരുന്നു. എന്റെ ഇതുവരെയുള്ള പുസ്തകങ്ങൾ സ്വീകരിച്ചത് വ

ലിയ സന്തോഷം പകരുന്നു. കേരളം മുഴുവൻ മാതൃകയാക്കേണ്ട ഒരു കർമ്മം. കാസർകോട് കോളേജ് പിറന്നാൾ ദിനത്തിൽ അതിന് തുടക്കമിട്ടു. വടക്കൻ കേരളത്തിലെ വലിയ പുസ്തകശേഖരം. ലൈബ്രറി നിറയെ വിവിധ ഭാഷകളിലുള്ള പുസ്തകങ്ങളുണ്ട്.

സെമിനാർ ഹാളിൽ നിറയെ കുട്ടികൾ. മലയാളം ഐച്ഛിക വിഷയമെടുത്ത വിദ്യാർത്ഥികൾ. കവിത ചൊല്ലി. കടങ്കഥകൾ പറഞ്ഞു. കാലത്ത് പതിനൊന്നരക്ക് തുടങ്ങി രണ്ടു മണി ആയത് അറിഞ്ഞതേയില്ല. എഴുത്തിന് സമയബോധമില്ല. കുളിക്കുമ്പോഴും കുഞ്ഞുണ്ണി മാഷ് കവിത എഴുതിയിട്ടുണ്ട്. എഴുത്ത് വേദനയാണ്. എഴുതിക്കഴിയുമ്പോൾ കിട്ടുന്ന സുഖമുള്ള വേദന.

***

പുസ്തകം വീട്പോലെയാണ്. അനേകം മുറികളുള്ള വീട്. ബന്ധുക്കളും അതിഥികളും കയറിയിറങ്ങും. ഈ വീട്ടിൽ, അക്ഷരനഗരിയിൽ മനുഷ്യരെ മൊത്തം പുസ്തകം മണക്കുന്നു. സ്വന്തം പുസ്തകത്തിന്റെ പ്രകാശന വേളയിലാണ് എനിക്ക് ഇങ്ങനെ തോന്നിയത്.

രംഗത്ത് നിർമ്മല

അന്നൊക്കെ നാടകം തുടങ്ങാൻ രാത്രി പത്ത് മണി കഴിയും. വഴിവിളക്കുകളൊന്നും ഇല്ലാത്ത കാലം. നീലേശ്വരം പോലീസ് സ്റ്റേഷൻവരെ ഹൈവേ റോഡാണ്. അതുകഴിഞ്ഞ് വീട്ടിലേക്കെത്തണമെങ്കിൽ ഇടവഴിയാണ്. കൂരിരുട്ട് നിറഞ്ഞ ഇടവഴി. ഒരിക്കൽ ആ ഇരുട്ടിലൂടെ നടന്നപ്പോൾ, അല്ല പാഞ്ഞപ്പോൾ സ്ഥലം എസ് ഐയെ കൂട്ടിയിടിച്ച സംഭവമുണ്ട്. അദ്ദേഹം ക്വാർട്ടേസിൽനിന്ന് സ്റ്റേഷനിലേക്ക് പോകുന്നു. ഞാൻ നാടകം കഴിഞ്ഞ് വീട്ടിലേക്കും. സത്യം, അന്ന് നടക്കാറില്ലായിരുന്നു. ഇടവഴിയിലെ പാമ്പിനേയും പട്ടികളേയും പേടിച്ചു പായുകയായിരുന്നു പതിവ്. കൂടാതെ അധികം പേടിക്കാൻ കുളത്തിൽവീണു മരിച്ച കുറേ പ്രേതങ്ങളുമുണ്ട് കൂട്ടിന്. ഓടുക തന്നെ. ആ ഓട്ടത്തിലാണ് എസ് ഐ യെ തെറിപ്പിച്ചത്. ആളെ അറിയാവുന്നതുകൊണ്ട് തൽക്കാലം രക്ഷപ്പെട്ടു. അല്ലെങ്കിൽ തൂക്കി എറിയുമായിരുന്നു. നാടിനെ വിറപ്പിച്ച ലൂക്കോസ് എന്ന എസ് ഐ.

വീടിനടുത്താണ് നിർമ്മല താമസിക്കുന്നത്. നാടകത്തിൽ അഭിനയിക്കുന്ന എന്റെ അയൽക്കാരിയായ നിർമ്മലേച്ചി. പിന്നീട് ലെനിൻ രാജേന്ദ്രന്റെ മീനമാസത്തിലെ സൂര്യനിലും അഭിനയിച്ചിട്ടുണ്ട്. അന്നവർ പൂർണ്ണ ഗർഭിണിയാണ്. വാടക വീടിന്റെ വരാന്തയിൽ ചിമ്മിനിക്കൂടും കത്തിച്ചുവെച്ച് ഭർത്താവിനെ കാത്തിരിക്കുകയാണ്. ഏതോ നാടകത്തിലെ മറ്റേതോ കഥാപാത്രംപോലെ. അപ്പോഴാണ് ശരിയായ നാടകം കഴിഞ്ഞുവരുന്ന എന്നെക്കണ്ടത്. 'നിനക്ക് ഒരു പേടിയുമില്ലേ, ഈയിരുട്ടത്ത് ഇങ്ങനെ നടക്കാൻ.....'

നിർമ്മലേച്ചി സംഭാഷണം തുടങ്ങി. ഒപ്പം ചിമ്മിനിക്കൂടുംകൊണ്ട് എന്റെ പിറകേയും. വീടെത്തുംവരെ ആ വെളിച്ചം എന്റെ പിറകിൽ ത്തന്നെയുണ്ടാകും. അതൊരു രംഗാവിഷ്ക്കാരമൊന്നുമല്ല. നാട്ടിൻ പുറത്തിന്റെ നന്മവറ്റാത്ത പ്രകാശമായിരുന്നു.

നടി നിർമ്മലയെ പുതിയ തലമുറയ്ക്ക് എത്രപേർക്കറിയാം? വി

വിധ നാടകത്തിൽ ചമയമിട്ട് ആയിരത്തഞ്ഞൂറോളം വേദി കയറിയ നടി. കൂരിരുട്ട് ബാധിച്ച ഒരു ഗ്രാമപ്രദേശത്തുനിന്നും നാടകത്തിന്റെ തട്ടകത്തിലേക്ക് കടന്നുവരണമെങ്കിൽ അത് കലയോടുള്ള അടങ്ങാത്ത ആവേശംകൊണ്ടുതന്നെയായിരിക്കും. ഒരു സംശയവുമില്ല. ഏറെ കലാസമിതികളും സംവിധായകരും അഭിനയ പ്രതിഭകളുമുള്ള നാടായിരുന്നു പണ്ട് നീലേശ്വരം. അതിന്റെ പാരമ്പര്യം നിലനിർത്താൻ ഫൈൻ ആർട്ട്സ് സൊസൈറ്റി രാജാസ് ഹൈസ്കൂളിൽ മാസനാടകം അരങ്ങേറുമായിരുന്നു. കോവിഡ് വന്നതോടെ അതും നിലച്ചു. നീലേശ്വരം കോവിലകത്തിന്റെ പേരുപോലെതന്നെ നീലേശ്വരം നാടകവും വേരുറപ്പുള്ള മണ്ണായിരുന്നു. നാടകപ്രസ്ഥാനവുമായി ഏറെ പ്രശസ്തരായ പലരും പുറമേനിന്ന് ഇവിടെ വന്നിട്ടുണ്ട്. ക്ലാസ്സെടുത്തിട്ടുണ്ട്. ഇന്നാർക്കും നാടകം വേണ്ട. ഇഷ്ടംപോലെ അഭിനയിക്കാൻ എല്ലാവർക്കും വലിയൊരു ജീവിതമുണ്ടല്ലോ.

നീലേശ്വരം ഐമൻ സായ്വിന്റെയും ഫ്ളോറയുടെയും മകളാണ് നിർമ്മല. എട്ടുമക്കളിൽ രണ്ടാമത്തവൾ. ഐമൻ സായിവ് അറിയപ്പെടുന്ന കമ്മ്യൂണിസ്റ്റ് പ്രവർത്തകനായിരുന്നു. മകളും മഹിളാ അസോസിയേഷനിൽ പ്രവർത്തിച്ചു. ഏറെക്കാലം പാർട്ടി മെമ്പറുമായിരുന്നു.

1968 ഫെബ്രുവരിയിൽ കാഞ്ഞങ്ങാട് കുറുമ്പ ഭഗവതി ക്ഷേത്രത്തിൽ അരങ്ങേറിയ എൻ എൻ പിള്ളയുടെ പ്രേതലോകമാണ് ആദ്യ നാടകം. പുരുഷു മാഷായിരുന്നു സംവിധായകൻ. അതിനുശേഷം യുവജന കലാസമിതിയിൽ ചേർന്നു.

മരീചിക എന്ന നാടകത്തിലെ യാചകിയാണ് ഇഷ്ടകഥാപാത്രം. ആ രംഗത്ത് അന്ന് ഒപ്പം അഭിനയിച്ചത് പുരുഷു മാഷും ശ്രീധരൻ നീലേശ്വരവുമായിരുന്നു. അങ്കച്ചുരികയിലെ ചിരുത. നാട്ടുപരദേവതയിലെ വളക്കാരത്തി. പ്രൊഫഷണൽ നാടകത്തിലും മറ്റുമായി ഇങ്ങനെ എത്രയെത്ര കഥാപാത്രങ്ങൾ. നാടിന്റെ അകമായ നാടകം ജനങ്ങളിൽനിന്ന് അകന്നതോടെ രണ്ടായിരത്തിനു ശേഷം നിർമ്മല രംഗത്ത് വന്നിട്ടില്ല. പിന്നീട് അണിയറയ്ക്കു പിന്നിലെ വീട്ടമ്മ വേഷമായിരുന്നു. കാണാപ്പാഠം പഠിച്ച സംഭാഷണങ്ങളൊന്നും മറന്നിട്ടില്ല. അഭിനയിച്ച കഥാപാത്രങ്ങളും. ഓർമ്മകളുടെ യവനിക ഉയരുന്നു. രംഗത്ത് നിർമ്മല ഉണ്ട്.

നിറയെ ചിത്രങ്ങളുള്ള മുറി

നിറയെ ചിത്രങ്ങളുള്ള മുറി. അതാണ് നീലേശ്വരം ഓവർ ബ്രിഡ്ജിനടുത്തുള്ള ആർട്ട് റൂം. അത് രണ്ടാം നിലയിലാണ്. അവിടെന്ന് നോക്കുമ്പോൾ ചിത്രംപോലെ തോന്നും തൊട്ടടുത്തുള്ള കാവും റെയിലും സ്കൂൾ മൈതാനവുമൊക്കെ. മഴ പെയ്യുന്നു. കളിക്കാർ പന്തുമായി സ്കൂൾ വരാന്തയിൽ കയറി. തീവണ്ടിയും ബസ്സും നനഞ്ഞുകൊണ്ടോടുന്നു. ആർട്ട് മുറിയിലെ ചിത്രത്തിലും മഴയുണ്ട്. തോർന്നു കഴിഞ്ഞ് ഇറ്റിറ്റു വീഴുന്ന മഴത്തുള്ളികൾ. ചുമരിൽ ആണി ബലത്തിലാണ് ഓരോ ഫ്രെയിമും. അതിനുള്ളിൽ വർണ്ണവരകൾ ഭൂതവും വർത്തമാനവും പറയുന്നു. മിക്കദിവസവും ഞാനീ മുറിയിൽ വന്നിരിക്കും. ചിത്രങ്ങളോട് സംസാരിക്കും.

ഇവിടെ എത്രയോ കലാകാരന്മാരുണ്ട്. വരക്കുന്നവരും എഴുതുന്നവരും പാടുന്നവരും അഭിനയിക്കുന്നവരും. നാടകശാലകളും വായനശാലകളും നെയ്ത്ത് ശാലകളും ബീഡിക്കമ്പനികളും ചേർന്നു നിന്നിരുന്ന ഭൂപ്രദേശം. ഓട്ടുകമ്പനിയിലെ പുക ആകാശം തൊടും. കച്ചേരിക്കടവിൽ ചരക്കു വഞ്ചികളും ഓളങ്ങളും.

പൂർവ്വികർ കലാകാരന്മാരെ ആദരിക്കുന്നവരായിരുന്നു. പ്രോത്സാഹിപ്പിക്കുന്നവരായിരുന്നു. കൂട്ടായ്മയുടെ നല്ല കാലം. കല നാട് നീങ്ങിയെന്ന് പലരും പറയുന്നു. കൂട്ടായ്മകൾക്കോ സംവാദങ്ങൾക്കോ ആർക്കും നേരമില്ലാതായിരിക്കുന്നു. അതുകൊണ്ടാണ് പലരും നടന്നുകൊണ്ട് പാട്ടു കേൾക്കുന്നത്. സിനിമ കാണുന്നത്. ഇരുന്നു കഴിക്കേണ്ട ഭക്ഷണം നിന്നു കഴിക്കുന്നത്. അതിനായി തട്ടുകടകൾ റോഡിനു അപ്പുറത്തും ഇപ്പുറത്തുമുണ്ട്. കടകളിൽ തൂക്കിക്കൊടുക്കലും അളന്നുകൊടുക്കലും കുറഞ്ഞു. എല്ലാം പായ്ക്കറ്റുകളിലായി. നാടോടുമ്പോൾ നടുവെ പായുന്ന മനുഷ്യർ. അങ്ങാടികൾ പോയി. ചന്തപ്പുരകൾ പോയി. കലാസമിതികളും തിയേറ്ററുകളും പോയി. പോയിപ്പോയി ഭാഷയ്ക്കും മാറ്റം സംഭവിച്ചുകൊണ്ടിരിക്കുന്നു.

സുറാബ്

വരയ്ക്ക് എഴുത്തിനേക്കാൾ ശക്തിയുണ്ട്. ഓരോ കലാകാരനും അവരുടെ കേൻവാസിൽ അത് അടയാളപ്പെടുത്തിക്കൊണ്ടിരിക്കുന്നു. അവർ ജീവിക്കുന്ന കാലത്തെ. അനുഭവത്തെ.

യാത്രയിലെ തീവെളിച്ചങ്ങൾ

1

ഏറ്റവും കൂടുതൽ യാത്ര ചെയ്യുന്നവരാണ് പ്രവാസികൾ. വർഷത്തിലെങ്കിലും അവർക്ക് നാട്ടിൽവന്നു പോയേ തീരൂ. യാത്ര കൗതുകവും ആനന്ദവുമാണ്.

ഞങ്ങൾ വടക്കന്മാർ എന്തിനും ഏതിനും ആശ്രയിക്കുന്നത് തൊട്ടുത്ത കർണ്ണാടകത്തിൽപ്പെട്ട മംഗലാപുരത്തെയാണ്. ഇപ്പോൾ മംഗ്ലൂർ ആയി. ചികിത്സയ്ക്കും പഠിപ്പിനും കച്ചവടത്തിനും നിത്യേനെ പോയിവരുന്ന നഗരം. ഗൾഫിലേക്ക് യാത്ര ചെയ്യുന്ന വരും മംഗലാപുരം വഴിയാണ് അധികവും പോയിവരുന്നത്. ഏറി വന്നാൽ ഒരു മണിക്കൂർകൊണ്ട് വീടണയാം. അത്രയേ ദൂരമുള്ളു.

ഞാനും പതിവായി പോയിവന്നിരുന്നത് മംഗലാപുരം വഴിയാണ്. കണ്ണൂർ എയർപോർട്ട് വരാത്ത കാലം. ഷാർജയിലാണ് എന്റെ ഉപജീവനം. അവിടത്തെ സർക്കാർ സ്ഥാപനത്തിൽ. കമ്പനിയിൽ ഒരുപാട് സ്റ്റാഫുകളുണ്ട്. കറന്റ്, വെള്ളം, ഗ്യാസ് എന്നിങ്ങനെ വകുപ്പുകൾ വഹിക്കുന്ന സ്ഥാപനം. എല്ലാ ജീവനക്കാരുടെയും പാസ്പോർട്ട് ഹെഡ് ഓഫീസിലാണ് സൂക്ഷിക്കുന്നത്. തിരിച്ചറിയാൻ പാസ്പോർട്ടിന്റെ കവറിനു മുകളിൽ നമ്പറും വകുപ്പും എഴുതിയ സ്റ്റിക്കർ ഒട്ടിക്കും. ഒരിക്കൽ യാത്ര പോകാനായി എമിഗ്രേഷൻ കൗണ്ടറിലെത്തിയ ഞാൻ പാസ്പോർട്ടും ടിക്കറ്റും കൊടുത്തപ്പോൾ എന്റെ പാസ്പോർട്ടിന് പുറത്തൊട്ടിച്ച സ്റ്റിക്കർ പറിച്ചു കളഞ്ഞു. അന്ന് ഒരു ലേഡീ സ്റ്റാഫായിരുന്നു ഡ്യൂട്ടിയിൽ. "മാഡം എന്തിനാണ് അങ്ങനെ ചെയ്യുന്നതെന്ന്'' ചോദിച്ചപ്പോൾ "പാസ്പോർട്ടിന്റെ പുറത്ത് യാതൊരുവിധ സ്റ്റിക്കറും പാടില്ലെ"ന്നു പറഞ്ഞു.

അപ്പോൾ ഞാൻ: "ഞാനവിടത്തെ ഒരു ഗവൺമെന്റ് സ്റ്റാഫാണ്."

മാഡം: "പാസ്പോർട്ട് നമ്മുടെ രാജ്യത്തിന്റേതാണ്."

ശരിയാണ് ഞാനൊരു പരദേശിയാണ്. ജനിച്ച മണ്ണിൽ ജീവി

ക്കാൻ മാർഗമില്ലാത്തതുകൊണ്ട് രാജ്യം വിട്ടുപോയവൻ. മാഡം എന്നെ സൂക്ഷിച്ചുനോക്കി. എന്റെ മുഖം കണ്ടപ്പോൾ ദയതോന്നിക്കാണും. അവർ പറിച്ചെടുത്ത സ്റ്റിക്കർ എന്റെ കയ്യിൽ തന്നു. ഒപ്പം എമിഗ്രേഷൻ സീൽ കുത്തിയ പാസ്പോർട്ടും. അതും വാങ്ങി ഞാൻ നേരെ വിമാനത്തിൽ കയറി. സീറ്റ് ബെൽറ്റ് ഇടുന്നതിനുമുമ്പേ പറിച്ചെടുത്ത സ്റ്റിക്കർ പാസ്പോർട്ടിൽ ഒട്ടിച്ചു. പശ മാഞ്ഞുപോയിട്ടില്ല. അതവിടെ നന്നായി ഒട്ടിച്ചേർന്നു. എന്റെ വിശപ്പിന്റെ, ജീവിതഭാരത്തിന്റെ ആഴം പോലെ.

2

വിമാനത്തിന്റെ അകം. ടെയ്ക്കോഫിനു ശേഷമുള്ള മദ്യസൽക്കാരം കഴിഞ്ഞ് ഭക്ഷണം കൊണ്ടുവന്നു. ബിരിയാണിയാണ്. വെജ്ജും ചിക്കനുമുണ്ട്. ഞാനും തൊട്ടടുത്തിരിക്കുന്ന ആളും ചിക്കൻ വാങ്ങി. ബിരിയാണി കഴിക്കുന്നതിനിടയിൽ അതിലെ ഏലക്കയും കറാമ്പുവും അടുത്തിരിക്കുന്ന ആൾ പെറുക്കി ശേഖരിക്കുന്നു. ഇതൊരു നല്ല കാഴ്ച്ചയാണല്ലോ? അല്ലെങ്കിൽ ഇയാൾക്കെന്തിനാണ് ഇതൊക്കെ? തൂക്കിവിൽക്കാനോ? വെന്ത ചോറിൽ ഏലയ്ക്കയും കറാമ്പുവും നന്നായി മണക്കുന്നുണ്ട്.

ആളൊന്ന് കണ്ണിറുക്കി കാണിച്ചു. ചിരിച്ചു. എന്നിട്ട് പറഞ്ഞു: "അവിടെ കുടുംബമുണ്ട്. ചെറിയൊരാവശ്യത്തിന് നാട്ടിലേക്കു വന്നതാണ്. ഭാര്യയ്ക്ക് എന്നെ വലിയ സംശയമാണ്. ഞാനൽപ്പം മദ്യപിച്ചിട്ടുണ്ടല്ലോ. അതിന്റെ മണം അവൾ അറിയാതിരിക്കാനാണ് ഈ പൊടിക്കൈ."

"അതെങ്ങനെ?"

"പറയാം. വീടെത്തുംമുമ്പ് ഏലയ്ക്കും കറാമ്പുവും നല്ലതുപോലെ ഒന്നു ചവച്ചിറക്കിയാൽ മതി."

"മതിയോ?"

"മതിന്ന്യേ.. അവൾക്ക് അത്രയൊക്കെ മതി."

എന്നാലും ഏലയ്ക്കകൊണ്ട് ഭാര്യയെ പറ്റിക്കുന്ന ഒരു ഭർത്താവിന്റെ അടുത്തിരുന്നാണല്ലോ ഞാൻ യാത്ര ചെയ്യുന്നത്.

ഇതൊക്കെ ജീവിതത്തെപ്പറ്റി അല്ല, ജീവിതത്തെ പറ്റിക്കുന്നതിനെപറ്റിയാണ് അയാൾ സംസാരിച്ചുകൊണ്ടിരുന്നത്.

കുത്തറയിലെ ചെമ്പകം

പൊട്ടൻ. കഥ എഴുത്തിന് നാട്ടുകാർ കൽപ്പിച്ചുകൊടുത്ത പേര്. അല്ലെങ്കിൽ നാട്ടിൽനിന്നും ആദ്യമായി കിട്ടിയ പട്ടം. എന്നാൽ വായനക്കാർ അത് അപ്പോൾത്തന്നെ തിരുത്തി. നല്ല ഭാഷ. ഗ്രാമ്യബിംബങ്ങൾ. കാവ്യാത്മകമായ ഒഴുക്ക്. കഥാപാത്രങ്ങളെല്ലാം ജീവനുള്ള മനുഷ്യർ. എന്തിനേറെ 'കരിനാഗം' എന്ന ഒറ്റ രചന മതി സുബൈദ നീലേശ്വരത്തെ കഥാസാഹിത്യത്തിൽ അടയാളപ്പെടുത്താൻ.

കുത്തറയിൽ ചെമ്പകം പൂവിട്ടു. കൊഴിഞ്ഞ ഇലകൾ ചവിട്ടിവേണം സുബൈദയുടെ തറവാട്ടിലെത്താൻ. ഓർമ്മ ശരിയാണെങ്കിൽ വീട്ടുപേരും അന്ന് സുബൈദ എന്നാണ്. ആളെ അയച്ചു എന്നെ വിളിപ്പിച്ചു. ഫോണോ മൊബൈലോ ഇല്ലാത്ത കാലം. വീട്ടിലെത്തിയപ്പോൾ മുനിപോലെ ഒരാൾ പുറത്തെ ഞാലിയിൽ ഇരിക്കുന്നു. ഉമ്മ അകത്തേ മുറിയിൽ നിസ്ക്കരിക്കുന്നു. എന്നെ കണ്ടപ്പോൾ നിസ്ക്കാരക്കുപ്പായത്തോടെ പുറത്തേക്കു വന്നു. ആര്? കുഞ്ഞൗക്കറാ? ഉമ്മ അടുത്തു വന്നു. ഞങ്ങൾ രണ്ടുപേരും അബൂബക്കാറാണ്. ഞാൻ ചെറിയ അബൂബക്കർ. അതാണ് ഉമ്മയ്ക്ക് കുഞ്ഞൗക്കറായത്.

ഞാലിയിൽ ഇരിക്കുന്ന മുനിയെ സുബി പരിചയപ്പെടുത്തി. എം ടി വേണു. എഴുത്തുകാരൻ. എഡിറ്റർ. സാംസ്ക്കാരിക പ്രവർത്തകൻ. പുതിയ ഒരു മാസികയുടെ കാര്യത്തിനുവേണ്ടി വന്നതാണ്. ദൂരെനിന്നു ആരു വന്നാലും ആ വീട്ടിൽ സ്ഥലമുണ്ട്. പറഞ്ഞുതീർന്നില്ല. മറ്റൊരാൾകൂടി കടന്നുവന്നു. അത് അത്തിച്ചയാണ്. സുബിയുടെ ജ്യേഷ്ഠൻ. തിരുവനന്തപുരം എഞ്ചിനീയർ കോളേജിലൊക്കെ പഠിച്ചതാണ്. നല്ല വായനക്കാരനാണ്. ഇന്റലക്ച്വൽ. പറഞ്ഞിട്ടെന്ത്? തലവിധി മറ്റൊന്നാക്കി. എഴുത്തുകാരനായ മറ്റൊരു ജ്യേഷ്ഠനുമുണ്ട് സുബൈദയ്ക്ക്. പി. മുഹമ്മദ്കുഞ്ഞി മാഷ്. തിരുവനന്തപുരം സൈനീക സ്കൂളിലെ അധ്യാപകനായിരുന്നു.

സുറാബ്

അകത്തുനിന്നും കഞ്ഞിയും ചുട്ട പപ്പടവും വന്നു. കോരിക്കുടിക്കുന്നതിനിടയിൽ വർത്തമാന സാഹിത്യത്തെക്കുറിച്ചും എഴുത്തിനെക്കുറിച്ചും സംസാരിച്ചു. സുബൈദ പല രാജ്യങ്ങളും കണ്ട എഴുത്തുകാരനാണ്. അനുഭവസ്ഥനാണ്. പുതിയ എഴുത്തുകാർക്ക് ഇല്ലാത്തതും അനുഭവമാണല്ലോ. ജീവിതം പല നൂലുകൊണ്ട് തുന്നിച്ചേർത്തു. പട്ടിണികിടന്നു. അഗതിയായി. അതിഥിയായി. യാചകനായി. സഹായിയായി. ചിരിച്ചു. അതിലേറെ കരഞ്ഞു. ഇപ്പോൾ തളർന്നു. യാത്രയില്ല. എഴുത്തില്ല. രോഗിയായി. നടക്കാൻ വയ്യാതായി.

നടക്കാൻ കഴിയുമ്പോൾ ഞങ്ങൾ പലയിടത്തും ഓടി. ഒരിക്കൽ നാട്ടുവരമ്പിലൂടെ പുഴക്കരയോളം പോയി. പെണ്ണുങ്ങൾ തൊണ്ടു തല്ലി ചൂടി ഉണ്ടാക്കുന്നു. പുഴയിലിറങ്ങി എളമ്പക്ക വാരുന്നു. കടത്തുകാരൻ പാട്ടു പാടുന്നു. തെങ്ങിൻ മുകളിൽനിന്ന് പുകവലിക്കുന്നു. കള്ള് ചെത്തുന്നു. പുഴയിൽ സോപ്പും വെള്ളവും പതഞ്ഞു ചേരുന്നു. ആരൊക്കെയോ നനക്കുന്നു. ആരൊക്കെയോ നീന്തുന്നു. എല്ലാം കണ്ട് മടങ്ങി വരുമ്പോൾ കുഞ്ഞുമ്മ അമ്മായി പെരുവഴിയിൽനിന്നു ഹിന്ദി പറയുന്നു. പുതിയ ആളെ കണ്ടപ്പോൾ ചോദിക്കുന്നു. 'യേ കോൻ ഹേ? പാഗലെ?' അതേ അമ്മായി, ഇയാൾ പ്രാന്തനാണ്. എന്നെക്കാൾ വലിയ പ്രാന്തൻ. ആളെ മനസ്സിലായപ്പോൾ കുലുങ്ങിച്ചിരിച്ചു. അപ്പോൾ അമ്മായിയുടെ വയസ്സായ മൂക്കുത്തിയും ചിരിച്ചു. ഇടവഴിയിൽ ഒരു തള്ളയുടെ പൊട്ടിച്ചിരി കേട്ട് അടുത്തുള്ള കുഞ്ഞിരാമൻമാഷ് വാതിൽ തുറന്നു നോക്കി. ടോർച്ചടിച്ചു തന്നു. ടോർച്ചിന്റെ വെളിച്ചത്തിൽ പതുക്കെ നടന്നു നീങ്ങുമ്പോൾ സുബൈദ പറഞ്ഞു. 'നീ ഭാഗ്യവാനാണ്. എത്രയെത്ര കഥാപാത്രങ്ങളാണ് നിന്റെ നാട്ടിൻപുറത്ത്..'

ഇയാൾ ഇഷ്ടംപോലെ എഴുതി. സർവ്വകലാശാലയിൽ പാഠ്യപദ്ധതിയായി. പത്രമാസികകൾ നടത്തി. ചിത്രം വരച്ചു. നാടുനീളെ സഞ്ചരിച്ചു. പല ജോലിയും ചെയ്തു. പലയിടത്തും താമസിച്ചു. പറഞ്ഞുവരുമ്പോൾ മാവിൽക്കയറി അധികം മാങ്ങ പറിച്ചിടുന്നവർക്കുപോലും അവാർഡ് കൊടുക്കുന്ന ഇക്കാലത്ത് ഒരംഗീകാരവും ഇതുവരെ സുബൈദ നീലേശ്വരം എന്ന എഴുത്തുകാരനെ തേടി വന്നില്ല. ഇതൊരു വലിയ ഖേദമാണ്. തീരാത്ത നോവാണ്. ഇനി

അവാർഡിനുവേണ്ടി അങ്ങോട്ടുപോയി കാലുപിടിക്കാനും തടവാനുമാണെങ്കിൽ ഇപ്പോൾ ആൾക്ക് നടക്കാനും കഴിയാതായി.

കളിയും വരയും

കൗമാരത്തിൽ കളിയും വാർദ്ധ്യക്യത്തിൽ വരയുമായി ഇവിടെ ഒരാളുണ്ട്. ഗോളി മമ്മിച്ച എന്നു പരക്കെ അറിയപ്പെടുന്ന ഏറംപുറം മുഹമ്മദ് വാർദ്ധ്യക്യത്തിന്റെ ഏകാന്തതകൊണ്ട് ചിത്രം വരക്കുകയാണ് ഇന്ന്. ഒരു കാലത്ത് അവിഭക്ത കണ്ണൂർ ജില്ലയുടെ ഗോൾകീപ്പർ ആയിരുന്നു. കോട്ടപ്പുറം ഇഖ്ബാൽ സ്പോട്സ് ക്ലബ്ബിന്റെ കാവൽക്കാരൻ. എതിർ ടീമിന്റെ അതി ശക്തമായ ഓരോ ഷൂട്ടും തന്റെ കരവലയത്തിൽ ഒതുക്കി. നെറ്റിനെ പോറലേൽപ്പിക്കാതെ സ്വന്തം ടീമിന്റെ വിജയം ഉറപ്പിച്ചു. കളി മൈതാനം കൈകൊട്ടി ആവേശം കൊണ്ടു. അതൊക്കെ ഒരു കാലം.

കാലം മാറി. കളിയും. പഴയ കുട്ടിയും കോലും പോയി. അപ്പച്ചെണ്ട് പോയി. ഗവാസ്ക്കറും അസ്ഹറുദ്ദീനും വിക്കറ്റും പിച്ചും ഗ്രൗണ്ടിൽ പെരുകി. ആരവം ആകാശമായി. ആവേശം അനന്തസാഗരമായി.

കരുവാച്ചേരിയിലെ 'അപകട മുനമ്പി' നടുത്ത് (കൂടുതൽ അപകടം ഉണ്ടാകുന്ന വളവ്) ചെറിയ ഒരു ചിത്രപ്പുരയിലാണ് ഏറംപുറത്തിന്റെ വാസം. വയസ്സ് എഴുപത് കഴിഞ്ഞു. ഇതിനിടയിൽ പല രാജ്യങ്ങൾ കണ്ടു. പല ഭാഷകൾ കേട്ടു. ഓരോ അനുഭവങ്ങളും തീക്കട്ടയാണ്. കേൾക്കുമ്പോൾ അങ്ങനെ തോന്നും. ജീവിതം അത്രമാത്രം മിനുസമായിരുന്നില്ല. പാരമ്പര്യത്തിന്റെ അതിഭാവുകത്വമില്ലാതെ ജീവിതം ലളിതവൽക്കരിച്ച മനുഷ്യൻ. തന്റെ ചുറ്റുപാടുകൾ മാറിക്കൊണ്ടിരിക്കുമ്പോഴും, വലുതാകുമ്പോഴും നന്നെ ചെറുതായി നോക്കിക്കണ്ട വ്യക്തി. പുറംകാഴ്ച്ചകൾക്ക് മുമ്പേ അകംകാഴ്ച്ചകൾ കാണാൻ കൊതിച്ച മനസ്സ്. നമുക്കെന്നും അപ്പുറത്തെ വീട്ടിലെ പുകയാണല്ലോ വലുത്. തീപിടിച്ച് കത്തിതീരുമ്പോഴും അങ്ങനെയേ പറയൂ. അത് പറയുന്നതിലാണ് വമ്പ്.

ചാഞ്ഞുപെയ്യുന്ന ഓർമ്മകൾ

നിങ്ങളെന്തിനാണ് പോട്രൈറ്റ് വരക്കുന്നത് എന്നു ചോദിച്ചാൽ ഉത്തരം ഇങ്ങനെയായിരിക്കും. 'ജീവിക്കേണ്ടേ?'

ജീവിക്കണം. ജീവിതമാണ് വലുത്. അതിനിടയിൽ കലയേയും കൂട്ടിപ്പിടിക്കണം.

നീലേശ്വരത്തിന്റെ സാസ്ക്കാരിക ഇടപെടലുകളിൽ ഈ ചിത്രകാരന്റെ പേരില്ല. ഇതിനു മുമ്പും പല കലാകാരന്മാർക്കും ഇവിടെ പേരുണ്ടായിരുന്നില്ല. അവരൊക്കെ വേര് നഷ്ടപ്പെട്ടു പോയവരാണ്. അല്ലെങ്കിൽ മുറ്റത്തെ മുല്ലയ്ക്ക് എവിടെ മണമുണ്ടാകാൻ?

അന്നത്തെ നാട്ടുരാജ്യം നീലേശ്വരത്തെ പല ഭാഗങ്ങളായി വിഭജിച്ചപ്പോൾ കോട്ടപ്പുറം, കോട്ടയ്ക്കപ്പുറമുള്ള ഒരു കച്ചവട കേന്ദ്രമായി. വാണിജ്യ വികസന മുന്നേറ്റത്തിലും കലാകായികമായ വളർച്ചയും അവിടെ ഉണ്ടായിരുന്നു. എത്രയെത്ര കളിക്കാർ, കലാകാരന്മാർ ആ മണ്ണിൽ ഉദയം കൊണ്ടു. അവരാരും പ്രശസ്തരായില്ല. അല്ലെങ്കിൽ ആ വാക്കിനു പിറകെ പോയില്ല. കോട്ടപ്പുറം ഒരു ചരിത്രമാണ്. ഒരുപാട് കുടുംബങ്ങളുടെ അടിത്തറയാണ്. ബീഡിപ്പണിയായിരുന്നു തുടക്കത്തിൽ. പിന്നീട് കുടിയേറ്റ കാലം വന്നു. പലരും കടലു കടന്നു. നാട് വളർന്നു. ബോംബെയിലും സിങ്കപ്പൂരിലും അറേബ്യയിലും ജപ്പാനിലും കോട്ടപ്പുറം ഉണ്ട്. ഒരു നാടിന്റെ വളർച്ചയുടെ കഥ പല നിറത്തിൽ ഏറംപുറത്തിന്റെ മനസ്സിലുണ്ട്. അതൊക്കെ സ്വന്തം കേൻവാസിൽ ഇറക്കി വെയ്ക്കണം. കാണുമ്പോൾ പറയും, 'നീ എഴുത്. ഞാൻ വരക്കാം.....' വരക്കാനായി ചായം മുക്കിയ ഒരുപാട് ബ്രഷുകളുണ്ട് ആ ഹൃദയത്തിൽ. ഏകാന്തതയും ഗസലും രാത്രിയും ആ ചായപ്പുരയുടെ ഇറയത്ത് ചിത്രം വരക്കുമ്പോൾ എവിടെയോ ഒരു ബാല്യകാലം ഉണരുന്നു. കളിച്ചു വളർന്ന കോട്ടപ്പുറത്തിന്റെ ബാല്യകാലം.

സഹപാഠിയെ ഓർക്കുന്നു

കോവിഡിന്റെ ഭീകരതയിൽ എനിക്കു ഒരു സുഹൃത്തിനെക്കൂടി നഷ്ടപ്പെട്ടു. ഒന്നിച്ചു പഠിച്ച പി.പി.കുഞ്ഞബ്ദുള്ള. മാസങ്ങൾക്കു മുമ്പ് ജ്യേഷ്ഠനും പോയത് ഇതേ മഹാമാരിമൂലമാണ്.

ഞാൻ വീട്ടിൽ മുസ്ലിം ലീഗാണ്. പുറത്ത് കമ്മ്യൂണിസ്റ്റും. ഇങ്ങനെ ഒരു ഇരട്ടമുഖം എനിക്കു വന്നുചേർന്നത് ഉപ്പ യാഥാസ്ഥിതികനും കടുത്ത ലീഗ് അനുഭാവിയുമായതുകൊണ്ടാണ്. പട്ടാളച്ചിട്ടയാണ്. ഉപ്പ വീട്ടിലുണ്ടാകുമ്പോൾ വീട് നിശ്ശബ്ദം.

നാട്ടിൽ ഹൈസ്കൂളുണ്ടായിട്ടും ദൂരെയുള്ള ഇക്ബാലിലേക്കെത്തിയതും ഇതേ രാഷ്ട്രീയ പ്രേരിതമാണ്. ഉപ്പയുടെ അടുത്ത സുഹൃത്താണ് കെ. എം. കുഞ്ഞാമുസാഹിബ്. അദ്ദേഹം ലീഗിന്റെ ഉറച്ച പ്രവർത്തകനാണ്. പണ്ട് വിദ്യാഭ്യാസമന്ത്രിയായിരുന്ന സി.എച്ച്.മുഹമ്മദ് കോയയുടെ സ്വീകരണ യോഗത്തിൽ എനിക്കു സ്വാഗതഗാനം ആലപിക്കാനുള്ള അവസരം കിട്ടിയതും ഇത്തരം സ്വാധീനംകൊണ്ടാണ്.

ഞാനും പി.പി.കുഞ്ഞബ്ദുള്ളയും ഇക്ബാൽ ഹൈസ്കൂളിൽ ഒരേ ബാച്ചുകാരായിരുന്നു. മാറിമാറിയുള്ള ക്ലാസിൽ പഠിച്ചവർ. ഈ വർഷം എ യിലാണെങ്കിൽ അടുത്ത വർഷം അവൻ ബി യിലായിരിക്കും. എന്നാലും എന്നും കാണും. എല്ലാ കാര്യത്തിലും ഞങ്ങൾക്കു മത്സരമുണ്ട്. അവൻ എം എസ് എഫും ഞാൻ എസ് എഫ് ഐ യും. ആ പ്രായത്തിൽ സംഘടനാപ്രവർത്തനമില്ലെങ്കിലും ക്ലാസിലും മൈതാനത്തും ഞങ്ങൾ വേറെ വേറെ മുദ്രാവാക്യം വിളിക്കും. അന്ന് ഇക്ബാലിൽ എസ് എഫ് ഐ ആയിട്ട് ഞാനും ഒരു ഷെയിഖ് മുഹമ്മദ് ഇക്ബാലും പുഷ്പാകരനും സുധാകരനുമായിരുന്നു മുന്നിൽ. ക്ലാസ് കഴിഞ്ഞാൽ ചില അല്ലറച്ചില്ലറ കശപിശകൾ ഉണ്ടാകും. ഉന്തും തള്ളുമുണ്ടാകും. ഒരു സമരകാലത്ത് എം എസ് എഫ് ശരിക്കും എസ് എഫ് ഐ യെ ആക്രമിച്ചു. അപ്പോ

ഴും കുഞ്ഞബ്ദുള്ള എന്നെ തല്ലാനോ ചവിട്ടാനോ വന്നില്ല. പിന്നീട് എത്രയോ തവണ ആ ഓർമ്മ ഞാൻ അയവിറക്കി. സത്യത്തിൽ ഭൂരിപക്ഷമുണ്ടായിട്ടും അവനെന്തേ എന്നെ തല്ലാതെ വിട്ടത്?

പി.പി ഒരിക്കൽ അബുദാബിയിൽനിന്ന് വിളിച്ചു. ഞാനന്നു ഷാർജയിലായിരുന്നു. ഞങ്ങളുടെ പഴങ്കഥകൾ പറഞ്ഞു അന്നും അവൻ ആവേശഭരിതനായി. പിന്നീട് ഞങ്ങൾ രണ്ടുപേരും നാട്ടിൽ സ്ഥിരമായിട്ടും ഏറെയൊന്നും കണ്ടില്ല. വർഷങ്ങൾക്കു ശേഷം കണ്ടതാവട്ടെ സ്കൂളിന്റെ പൂർവ്വവിദ്യാർഥി സംഗമത്തിലും. അവന്റെ പ്രസംഗത്തിൽ രാഷ്ട്രീയ ബോധംതന്നെയായിരുന്നു മികവ്. പിന്നീട് ഞങ്ങൾ കണ്ടത് ഒരു കല്യാണ വീട്ടിൽവെച്ചായിരുന്നു. വടക്കരുടെ വിരുന്നു സൽക്കാരത്തിൽ മധുരം ഏറും. ഹലീസയിൽ പഞ്ചസാര കോരിയിടുന്നതു കണ്ടപ്പോൾ ഒരു താക്കീതുപോലെ ഞാൻ പറഞ്ഞു. ‘പ്രായവും രോഗവും ശ്രദ്ധിക്കണം....’ അതിനു പറഞ്ഞ മറുപടി ‘മധുരം എനിക്ക് ഒഴിവാക്കാനേ ആവുന്നില്ല’ എന്നായിരുന്നു.

അകാലത്തിൽ പൊലിഞ്ഞ ഇത്തരം മധുരമുള്ള ഓർമ്മകൾമാത്രമേ എനിക്കു ഓർക്കാനുള്ളൂ. ഇതിനകം പലരും മടങ്ങിപ്പോയി. എല്ലാവരും മടങ്ങും. എന്നാലും സഹപാഠിയുടെ പെട്ടെന്നുള്ള അന്ത്യനിദ്ര ഉൾക്കൊള്ളാനേ കഴിയുന്നില്ല. പ്രാർത്ഥിക്കുന്നു. നിനക്കു വേണ്ടി. കോവിഡ് അപഹരിച്ച എല്ലാവർക്കും വേണ്ടി.

എന്റെ വർത്തമാനവും എന്റെ കവിതയും

യശശ്ശരീരനായ സി.എച്ച്. മുഹമ്മദ് കോയ വിദ്യാഭ്യാസ മന്ത്രിയായിരുന്ന കാലത്ത് ദേശം അവർക്കൊരു സ്വീകരണമൊരുക്കി. അന്ന് ഞാൻ അഞ്ചിലോ ആറിലോ പഠിക്കുന്നു. സ്വീകരണ യോഗത്തിന്റെ സ്വാഗതഗാനം ആലപിച്ചവരിൽ ഒരാൾ ഞാനായിരുന്നു. അന്ന് എൻ.പി. അബൂബക്കർ എന്നായിരുന്നു എന്റെ പേര്. ഉപ്പ കുണ്ടംകടവത്ത് അഹമ്മദ്. ഉപ്പ മുസ്ലിംലീഗിന്റെ അനുഭാവിയാണ്. ഒപ്പം നല്ലൊരു മാപ്പിളപ്പാട്ടുകാരനും. ലീഗിന്റെ എല്ലാ ജാഥയിലും 'ബോലോ തക്ബീർ.....അല്ലാഹു അക്ബർ ' എന്ന് ഉപ്പ ഉറക്കെ ചൊല്ലിക്കൊടുക്കും. ആ ശബ്ദം മറ്റുള്ളവർ ഏറ്റു ചൊല്ലും. അതുമൂലം കണ്ണൂർ തലശ്ശേരി ഭാഗങ്ങളിൽ നടക്കുന്ന സമ്മേളനങ്ങളിൽ എന്നേയും കൊണ്ടുപോകും. ഒരിക്കൽ സി.എച്ചു ധരിക്കുന്നതുപോലത്തെ ജിന്നാത്തൊപ്പി വാങ്ങിത്തന്നു. ആ സമ്മേളനത്തിലാണ് സി.എച്ചിന് തലശ്ശേരിയിൽ ആസിഡ് ബൾബിന്റെ ഏറ് കൊണ്ടത്. കയ്യും മുഖവും പൊള്ളിയത്. വളണ്ടിയർമാരോടൊപ്പം ലോറിയിലാണ് സമ്മേളന യാത്ര. അങ്ങനെ ചെറുപ്പത്തിലേ തളിപ്പറമ്പ്, കണ്ണൂർ, തലശ്ശേരി കണ്ടു. അക്കാലത്തെ വലിയ പട്ടണങ്ങൾ. പിന്നീട് യാത്രയും ഉപ്പയുടെ പാട്ടും എന്നെ ത്രസിപ്പിച്ചു.

പൂർവ്വികരെപ്പോലെ ഞാനും എഴുതിത്തുടങ്ങിയത് ചന്ദ്രിക ബാലപംക്തിയിലായിരുന്നു. എൻ.പി. മന്ദംപുറം എന്ന പേരിൽ. പിന്നീട് അബു മന്ദംപുറമായി, സുറാബായി. ഏറ്റവും കൂടുതൽ എഴുതിയത് ചന്ദ്രിക വാരാന്തപ്പതിപ്പിലാണ്. സി.കെ. താനൂർ, പി. ഖാലിദ് പത്രാധിപരായിരുന്ന കാലത്ത്. ഒരിക്കൽ ഞാനെഴുതിയ 'കുചേലവൃത്തം' എന്ന കഥയുമായി ബന്ധപ്പെട്ട് പിറ്റേ ലക്കംതന്നെ പത്രാധിപർ ഖേദം പ്രകടിപ്പിച്ചതായി കണ്ടു. ആ കഥ ചില പ്രത്യേകതരം വായനക്കാരെ വേദനിപ്പിച്ചുവത്രേ. കഥ, പഴയ കുചേലവൃത്തം വഞ്ചിപ്പാട്ടാണ്. അതിൽ ചെറിയൊരു മാറ്റം വരുത്തിയാണ് പുതിയ കുചേലവൃത്തം എഴുതിയത്. ഇപ്രാവശ്യം തന്റെ സതീർഥ്യനെ

കാണാൻ പോകുന്ന കുചേലൻ കൊണ്ടുപോയ അവിൽമണിയിൽ മായം ചേർന്നിരുന്നു. അതുമായി ബന്ധപ്പെട്ടാണ് കഥ മുന്നോട്ടു പോകുന്നത്. ഏതായാലും പത്രാധിപരുടെ ഖേദം പറച്ചിലോടെ ആദ്യത്തെ ഗുണപാഠം കിട്ടി. അതോടെ എന്തെഴുതുമ്പോഴും ഒന്നു കൂട്ടി നോക്കും. കുറക്കും. ഇതൊക്കെ എഴുത്തിന് ഒരു കൈത്തഴക്കം വരും മുമ്പ്. അതിനുശേഷം എത്രയോ കഥയും കവിതയും ചന്ദ്രിക വാരാന്തപ്പതിപ്പും ആഴ്ച്ചപ്പതിപ്പും പ്രസിദ്ധീകരിച്ചു. 1997 ജൂലൈ 12 ന് ഇറങ്ങിയ ആഴ്ച്ചപ്പതിപ്പിന്റെ മുഖചിത്രം മകൻ സവാദിന്റേതായിരുന്നു. മൂന്നു വയസ്സുള്ള ഒരു ബാലമുഖം. അന്ന് പത്രാധിപർ കെ. പി.കുഞ്ഞിമൂസയാണ്. ആഴ്ച്ചപ്പതിപ്പിലെയും വാരാന്തപ്പതിപ്പിലെയും എല്ലാ പത്രാധിപരും എഴുത്തിൽ എന്നെ ഏറെ പ്രോത്സാഹിപ്പിച്ചവരാണ്. അക്കാലത്ത് എഴുതിയതൊക്കെ മണൽനഗരത്തിൽ വെച്ചായിരുന്നു. ഷാർജ ജലസേചന വകുപ്പിലായിരുന്നു ഉപജീവനം. അനുഗ്രഹിച്ചു കിട്ടിയ ജോലി. അധികവും നൈറ്റ് ഡ്യൂട്ടി. എല്ലാവരും ഉറങ്ങുമ്പോൾ ഞാൻ ഉണർന്നിരിക്കുന്നു. വായിക്കാൻ ഇഷ്ടംപോലെ സമയം. എഴുതുവാനും.

ഒരിക്കൽ നാട്ടിൽനിന്നു വന്നവർ പറഞ്ഞു. 'ഈയ്യിടെ ചന്ദ്രിക വാരാന്തപ്പതിപ്പിൽ നീ എഴുതിയ ഓർമ്മക്കുറിപ്പുകൾ വലിയ പ്രശ്നമായി. അതിലെ ഒരു കഥാപാത്രം ജീവിച്ചിരിക്കുന്ന ഒരാളുമായി സാമ്യമുണ്ടത്രേ....'

എഴുത്തുകാർ കഥാപാത്രങ്ങളെ സൃഷ്ടിക്കുന്നവരാണ്. കഥാപാത്രം കണ്ണാടി നോക്കും. സ്വന്തം മുഖം കാണും. ചിലപ്പോൾ മറ്റുള്ളവരുടെയും. അതിലെന്തിത്ര കോപിക്കാൻ?

വാരാന്തപ്പതിപ്പിൽ 1991 ൽ തിരക്കഥയ്ക്ക് സെവൻ ആർട്ട്സ് ചിത്രഭൂമി അവാർഡ് കിട്ടിയപ്പോൾ കവി സുഹൃത്ത് അരവിന്ദൻ പണിക്കശ്ശേരി എഴുതിയ 'ഒറ്റയ്ക്ക് പടിയിറങ്ങുന്ന ഒരാൾ' എന്ന ഫീച്ചറും ഏറെ ശ്രദ്ധിക്കപ്പെട്ടു. അതിലും ഗ്രാമ്യമായ നാട്ടിടവഴിയും കാലൻകുടയും പോയത്തവും വർത്തമാനങ്ങളുമൊക്കെയായിരുന്നു. എന്റെ വർത്തമാനംപോലെത്തന്നെയാണ് എന്റെ ജീവിതം. എന്റെ ജീവിതംപോലെത്തന്നെയാണ് എന്റെ കവിത. അതിൽ നിങ്ങളെക്കാൾ ഞാൻ പൊള്ളുന്നു. തിളച്ചു മറിയുന്നു.

ചന്ദ്രികയാണ് എഴുത്തിന്റെ വഴികാട്ടി. അതിലൂടെ തീവെളിച്ചവുമായി ഇടയ്ക്കിടെ ഞാൻ നടന്നുപോകുന്നു.

എഴുത്തിലെ ആധാരങ്ങൾ

എഴുതിത്തീരാത്ത ആത്മകഥപോലെയാണ് എന്റെ സുഹൃത്ത്.

പഴയ ഒരു കവിതയുണ്ട്.

'മിന്നിമിനുങ്ങും മിന്നാമിനുങ്ങേ
മിന്നിമറയും മിന്നാമിനുങ്ങേ'.

അടുത്ത രണ്ടുവരി സുഹൃത്തിന്റേതാണ്.

'മിന്നുന്നതെല്ലാം പൊന്നല്ലെന്ന്
മിന്നിമറയും നീയോർത്തോ'.

ഇങ്ങനെ കാല്പനിക ഭാവത്തിൽ ഞങ്ങൾ രണ്ടുപേരുംകൂടി ഒരു കുട്ടിക്കവിത ചമച്ചു. മദ്രസ്സത്തിണ്ണയിൽ ആളും ആരവവും നിലച്ച നേരത്താണ് ഞങ്ങളുടെ കവിയരങ്ങ്. എഴുത്തിന്റെ മഹാരോഗം പിടിപെട്ട മറ്റ് ചങ്ങാതിമാരായിരിക്കും കേൾവിക്കാർ. അവർ കുറേ പേരുണ്ട്. റഹൂഫ്, അസീസ്, മൊയ്തു, ദേവൻ, ബഷീർ, സി.എച്ച്, അസിനാർ, അബു, യൂനുസ്. ഇതിൽ അസീസ് ഇന്നില്ല. ശരിക്കും പറഞ്ഞാൽ മദ്രസയുടെ ആളൊഴിഞ്ഞ വരാന്ത ഞങ്ങളുടെ കളിപ്പുരയായിരുന്നു. ചൂടൻ മുല്ലാക്കയുടെ ചൂരലിന്റെ വേദനയേക്കാൾ കടുപ്പമുള്ള സന്ധ്യകളായിരുന്നു അന്നത്തേത്. മോഹഭംഗം വന്ന കാലം. പത്താം ക്ലാസ് ജയിച്ചവരും തോറ്റവരും കൂട്ടത്തിലുണ്ട്.

ട്യൂട്ടോറിയൽ കാലം തൊട്ടാണ് ഞാനും സുഹൃത്തായ ഇ കെയും കൂടുതൽ അടുത്തത്. ഞങ്ങൾ രണ്ടുപേരും ട്യൂട്ടോറിയലിൽ പോയിത്തുടങ്ങി. അതിനായി ഞങ്ങൾക്കുമാത്രം ഒരിടവഴി കണ്ടുപിടിച്ചു. പിന്നീടാണറിഞ്ഞത് അതെല്ലാവരുടെയും പോക്കുവരവാണെന്ന്. അവിടേയും പരാജയപ്പെട്ടു. ചെറുപ്പത്തിലേ വേറിട്ട വഴി തെരെഞ്ഞെടുത്തവരായിരുന്നു ഞങ്ങൾ. ഇ കെ അന്ന് സ്റ്റേജുകളിൽ കത്തിനിൽക്കുന്ന കാലം. എന്നാൽ അവന്റെ ഒരു പ്രസംഗം കേൾക്കാൻപോലും ഞാൻ പോയില്ല. അന്നേ എന്റെ തലയിൽ രാഷ്ട്രീയം കയറില്ലായിരുന്നു. അവൻ അങ്ങനെയായിരുന്നില്ല. ചെറുപ്പത്തിലേ ശരീരത്തിൽ രാഷ്ട്രീയം മുഴച്ചു നിന്നിരുന്നു. ഊർക്കിൽ

പോലെയാണെങ്കിലും ആ ശരീരത്തിൽ രാഷ്ട്രീയം കയറാനുള്ള ഊർജ്ജം ഉണ്ടായിരുന്നു. അത് പാരമ്പര്യമായി കിട്ടിയ സിദ്ധിയാണ്. ഉപ്പയുടെ അനുജൻ അന്തുമായിച്ച (എളേപ്പ) അറിയപ്പെടുന്ന രാഷ്ട്രീയപ്രവർത്തകനായിരുന്നു. കേന്ദ്രത്തിൽനിന്നുവരെ ഏത് നേതാവ് വന്നാലും അന്തുമായിച്ച എന്ന എ. അബ്ദുറഹ്മാനെ കാണാതെ പോവില്ല. ആരുവന്നാലും ആ വീട്ടിൽ ഒരു വട്ടമേശ സമ്മേളനം ഉണ്ടാകും.

ഇ കെ യുടെ ഉപ്പ മമ്മൂച്ച ഒരു ഫലിത പ്രിയനായിരുന്നു. പലപ്പോഴും ഇംഗ്ലീഷ് ചേർത്തു പറയുന്ന നർമ്മം കേൾക്കാത്തവർ, ചിരിക്കാത്തവർ അന്ന് ആരുമുണ്ടാകില്ല. സാധാരണ പറയുംപോലെ മമ്മൂച്ചാനോട് 'അതൊരു പച്ച മനുഷ്യൻ' എന്നു പറയാൻ പറ്റില്ല. അപ്പോൾത്തന്നെ തട്ടിനു മുട്ടുവരും. 'എന്നാ നീ പോയി പെയിന്റടിച്ച് ഓനെ ചോപ്പാക്ക്....' ഒരു ജീപ്പ് യാത്രയിൽ പെട്ടെന്ന് നിർത്താതെ ചുമ വന്നു. കയ്യിലുള്ള ടവ്വൽകൊണ്ട് വായ പൊത്തിപ്പിടിച്ചു. ഒടുവിൽ തുപ്പൽവീണ ടവ്വൽ വഴിയിൽ ഉപേക്ഷിച്ചു. അപ്പോൾ അതിൽ തന്റെ വെപ്പുപല്ലുള്ള കാര്യം അറിഞ്ഞിരുന്നില്ല. പിന്നീട് അറിഞ്ഞപ്പോൾ ടവ്വൽ വാങ്ങിയ ക്ലോത്ത്സ്റ്റോർ ഉടമയെ ഏറെ പ്രശംസിച്ചു. വഴിയിൽ കളഞ്ഞ ആ കർച്ചീഫിനേയും. 'ഹാ, ഇപ്പോഴാണ് വായ ഒന്നു ഫ്രീയായത്...'

രാഷ്ട്രീയ കാലത്തുതന്നെ ഇ കെ യിൽ സാഹിത്യവാസനയും രൂപപ്പെട്ടിരുന്നു. കഥകളെക്കാൾ നാടകത്തോടായിരുന്നു ഏറെ കമ്പം. ബാലജനസഖ്യത്തിലൂടെ പല രചനകളും വെളിച്ചം കണ്ടു. അക്കാലത്ത് സർപ്പ എന്ന സംഭാഷണമില്ലാത്ത ഒരു നാടകം അരങ്ങേറി. ചുറ്റുപാടുകളുടെ ആക്ഷേപഹാസ്യം. ഏറെ ചർച്ചാവിഷയമായ കഥ. അതിനുശേഷം ജിന്നും മന്ത്രവുംകൊണ്ട് ജീവിതം വഴിതെറ്റിപ്പോയ നാടകം എഴുതി. അതിന്റെ പേര് പിശാച് ഉണർന്നപ്പോൾ എന്നാണ്. സാമ്രാജ്യത്തിനെതിരെയുള്ള ശക്തമായ പ്രമേയമായിരുന്നു സരോവരം എന്ന രചന. അതുകഴിഞ്ഞ് യാഗാശ്വവും കയ്യൂരും എഴുതി. എല്ലാം എഴുതിക്കഴിഞ്ഞ നാടകങ്ങൾ. അരങ്ങു കണ്ട രംഗങ്ങൾ. എന്നാൽ ഒരു നെടുവീർപ്പോടെ ഇന്ന് ഓർക്കുന്നു. ഒന്നിന്റേയും കയ്യെഴുത്തുപ്രതി സൂക്ഷിച്ചു വെച്ചില്ലല്ലോ. ഏക മകന്റെ വിയോഗം ഇ കെ യെ എല്ലാ നാടകത്തിൽനിന്നും അകറ്റി. ജീവിതം ഒരു വലിയ കഥയായി, കടലായി എഴുതാൻ കഴി

യാത്ത ആത്മകഥയായി.

ഏകാന്തതയും വിരസതയും മൂലം കഥയെഴുത്തും നാടകമെഴുത്തും നിർത്തിയെങ്കിലും 'എഴുത്ത്' നിർത്തിയില്ല. നീലേശ്വരം ബസാറിലെ അറിയപ്പെടുന്ന ആധാരമെഴുത്തുകാരനാണ് ഇ കെ എന്നു വിളിക്കുന്ന ഇടക്കാവിൽ കോട്ടയിൽ കുഞ്ഞബ്ദുള്ള. ഇപ്പോൾ എഴുതാത്തതിനെക്കുറിച്ച് ചോദിച്ചാൽ ഉപ്പയുടെ പഴയ ഫലിതം ചേർത്ത് ഇ കെ ഇങ്ങനെ പറയുമായിരിക്കും. 'ഞാൻ എഴുത്തൊന്നും നിർത്തിയിട്ടില്ലടോ. ഇന്നും രണ്ട് ആധാരം എഴുതിക്കൊടുത്തു....'

വൃത്തഭംഗം നേടിയ സമ്മാനങ്ങൾ

ഞാൻ ആനയാണ്, ചേനയാണ് എന്നു പറയുന്നിടത്ത് ഒരിക്കലും ആനയും ചേനയും മുളക്കാറില്ല. അതുപോലെതന്നെയാണ് പ്രതിഭ വറ്റിയവരുടെ ജൽപ്പനങ്ങളും. അവർ എന്തൊക്കെയോ ആണെന്ന് അവർതന്നെ സ്ഥാപിക്കും. പ്രഖ്യാപിക്കും. ഉറവ വറ്റിയവരുടെ വിലാപങ്ങൾ. ഒരു വിലാപത്തിലും ജൽപ്പനത്തിലും പെടാതെ, യാതൊരുവിധ പരദൂഷണക്കമ്പനിയിലും ചേരാതെ ഒറ്റയ്ക്ക് നിൽപ്പുണ്ട് ഇവിടെ ഒരാൾ. അധ്യാപകൻ, നടൻ, നാടകകൃത്ത്, പത്രപ്രവർത്തകൻ, ചാനൽ വക്താവ് എന്നിങ്ങനെ തന്റെ കഴിവ് എമ്പാടും എടുത്തുയർത്തിയ രാമരം മുഹമ്മദ് എന്ന ഒരു സാധാരണക്കാരൻ.

മാഷ് ഏതോ ഒരു നാടകത്തിൽ ഏതോ ഒരു കഥാപാത്രമായി അഭിനയിക്കുന്നു. വർഷം കുറേ കഴിഞ്ഞു. അതാണ് നാടകത്തിന്റെയും കഥാപാത്രത്തിന്റെയും പേര് വിട്ടുപോയത്. ഞാനന്ന് ഏഴിൽ പഠിക്കുന്നു. അന്നാണ് ആദ്യമായി മാഷേയും മാഷിന്റെ അഭിനയവും കണ്ടത്. അതൊരു കാപ്സ്യൂൾ തത്സമയ നാടകമായിരുന്നു. തൊട്ടടുത്തുള്ള ടീച്ചേഴ്സ് ട്രെയിനിങ്ങ് സ്കൂളിലാണ് നാടകവും മാഷെ പഠിപ്പും. കൂടെ മറ്റു നാടകക്കാർ ഖാദർ മാഷും ബാലകൃഷ്ണൻ മാഷും ഉണ്ട്. അന്നത്തെ രാപ്പകലുകൾക്ക് യവനികയുടെ, ലൈറ്റ് ആന്റ് സൗണ്ടിന്റെ, ചമയത്തിന്റെ പുതുമ. ആരവം. പറഞ്ഞു വരുമ്പോൾ നിന്റെ നാട്ടിൽ മൊത്തം നാടകരോഗികളാണോ എന്ന ചോദ്യം ഉണ്ടാകാം. ചോദിച്ചോളൂ. ഉത്തരമുണ്ട്. ആ കാലം അങ്ങനെയുള്ളതായിരുന്നു. നീലേശ്വരത്തിന് അങ്ങനെ ഒരു മുഖമായിരുന്നു. ഇ വി സി (ചന്തു വേട്ടൻ), രാഘവൻ മാഷ്, ബാലചന്ദ്രൻ മാഷ്, സീക്കെച്ച, പുരുഷു മാഷ്, പിനാൻ, ശ്രീധരൻ നീലേശ്വരം, ദേവൻ ബാലൻ, അറബികൃഷ്ണൻ എന്നിങ്ങനെ പരന്നു പെരുകിക്കിടക്കുന്ന നാടക നടനങ്ങൾ.

സുറാബ്

ഉദയ കലാസമിതി, യുവജന, ജനത, ജോളി, ചിറപ്പുറം ബ്രദേഴ്സ് എന്നീ നാടക സമിതികൾ അരങ്ങുവാണ മണ്ണ്. ആ തറയിൽനിന്നാണ് രാമരം മുഹമ്മദ് എന്ന കലാകാരനും ഉദയം കൊണ്ടത്. അതിനെല്ലാം നിമിത്തം പരേതനായ ഡി. ബാലകൃഷ്ണൻ മാഷായിരുന്നു. 1972 ൽ സംഗീത നാടക അക്കാദമി ജില്ലാ അടിസ്ഥാനത്തിൽ (അവിഭക്ത കണ്ണൂർ ജില്ല) പയ്യന്നൂരിൽ ഒരു നാടക മത്സരം സംഘടിപ്പിച്ചു. ആ മത്സരത്തിൽ രാമരം മാഷിന്റെ വൃത്തഭംഗവും ഉണ്ടായിരുന്നു. അതിലും പിന്നീട് സംസ്ഥാനതലത്തിലും ഏറെ ശ്രദ്ധിക്കുകയും പ്രശംസിക്കുകയും പുരസ്ക്കാരവും നേടിയ രചന. സ്റ്റേജ് ആക്റ്റർ എന്നതിലുപരി നാടകരചനയുടെ ഇതിവൃത്തത്തിലായിരുന്നു മാഷിന്റെ താൽപ്പര്യം. രംഗത്ത് നിറഞ്ഞു നിൽക്കുന്ന കഥാപാത്രങ്ങളുടെയും ഭാഷണങ്ങളുടെയും അലങ്കാര പ്രമേയത്തിൽ. ഒരു നാടകം എങ്ങനെയായിരിക്കണമെന്ന്, വെളിച്ചത്തോടൊപ്പം അതിന്റെ ക്രിയാത്മകം എങ്ങനെ പൂർണ്ണമാവണമെന്ന് തൊട്ടറിഞ്ഞ എഴുത്തുകാരൻ. നാടകത്തിനും ആത്മാവുണ്ട്. ഉയർന്ന യവനിക താഴുംവരെ.

കണ്ട നാടകങ്ങളിലൊക്കെ രാമരം മുഹമ്മദ് വേറിട്ടു നിന്നു. ഒരു വര വരച്ചു അപ്പുറത്തും ഇപ്പുറത്തും നിർത്തുന്ന പഴയ ചലന സംസ്ക്കാരത്തെ പാടേ എഴുതിമാറ്റിയ നാടകകൃത്ത്. സംവിധായകൻ. നടൻ. സ്റ്റേജ് നാടകങ്ങളിൽ അന്നേറെ പരീക്ഷണ നാടകങ്ങളായിരുന്നു.

1976 ൽ നീലേശ്വരം രാജാസ് ഹൈസ്കൂളിൽ കേരള സംഗീത നാടക അക്കാദമിയുടെ ഒരു പഠന ക്യാമ്പ് ഉണ്ടായിരുന്നു. ജി. ശങ്കരപ്പിള്ള, പി. കെ. വേണുക്കുട്ടൻ നായർ, എസ്. രാമാനുജം, ഗോപിനാഥ് കോഴിക്കോട് എന്നിവരായിരുന്നു ക്യാമ്പ് നയിച്ചത്. അക്കൂട്ടത്തിൽ പിൽക്കാലത്ത് ഏറെ പ്രശസ്തനായ രാമരം മുഹമ്മദിനേയും കണ്ടിരുന്നു. ഇന്ന് വിശ്രമ ജീവിതത്തിനിടയിലും രാമരം മീഡിയ എന്ന ഓൺലൈൻ ചാനൽ നടത്തി വരുന്നു. മാഷിന് വെറുതെ ഇരിക്കാനാവില്ല. എന്തെങ്കിലും ചെയ്തുകൊണ്ടിരിക്കണം. അങ്ങനെയാണ് പുതിയ മീഡിയയുടെ പിറവിയും. തൊട്ടതെല്ലാം മുത്താണ്. പുതിയ മീഡിയയും മുത്താവട്ടെ എന്നാശംസിക്കുന്നു.

തിരക്കഥയിൽ ഇല്ലാത്തത്

ആൽബം നിറയെ ചിത്രങ്ങളാണ്. അതിൽ ഒരാൾകൂടി ഇന്നലെ പൊലിഞ്ഞുപോയി. ഇപ്പോൾ ആൽബത്തിൽ മരിച്ചവരാണ് ഏറെയും. അങ്ങനെ എനിക്ക് മരിച്ചവരുടെ ആൽബവും സൂക്ഷിക്കാനായി.

സംവിധായകൻ കെ എസ് സേതുമാധവനാണ് കഴിഞ്ഞ ദിവസം കണ്ണടച്ചത്. ആ കണ്ണിലൂടെ, ക്യാമറയിലൂടെ എത്രയെത്ര ദൃശ്യങ്ങളാണ് നമുക്ക് ഒരുക്കിത്തന്നത്. മലയാള ചലച്ചിത്ര ശാഖയിൽ നവീന ഭാവുകത്വം കൊണ്ടുവന്നത് കെ.എസ്സാണ്. ഒപ്പം മികച്ച സാഹിത്യ സൃഷ്ടികൾ അഭ്രപാളിയിൽ വരച്ചു ചേർത്തതും. തികഞ്ഞ ഒരു കലാകാരനേ ഇങ്ങനെയൊക്കെ ചെയ്യാൻ കഴിയൂ.

1990 ൽ ചിത്രഭൂമിയും സെവൻ ആർട്ട്സും ചേർന്നു നടത്തിയ തിരക്കഥാമത്സരത്തിൽ എന്റെ 'അറ'ക്കായിരുന്നു ഒന്നാം സമ്മാനം. അന്നതിന്റെ വിധികർത്താക്കളിൽ ഒരാൾ സേതുമാധവൻ സാറായിരുന്നു. 91 ലാണ് സമ്മാനദാനം കോഴിക്കോട്ടുവെച്ചു നടന്നത്. അന്ന് സേതുസാറിനെ ആദ്യമായി കണ്ടു. അതുവരെ വാഴ്വേമായവും കടൽപ്പാലവും അനുഭവങ്ങൾ പാളിച്ചകളും കണ്ട് അത്ഭുതം കൂറിയ സംവിധായകനെ. എം.ടി.യും വീരേന്ദ്രകുമാറും പി.വി.ഗംഗാധരനും മോഹൻലാലും മുരളിയും സെവൻ ആർട്ട്സ് വിജയകുമാറും മണിയൻ പിള്ള രാജുവും കെ. പി.എ.സി ലളിതയും സുചിത്രയുമടക്കം ഒട്ടുമിക്ക നടീനടൻമാരും അവാർഡ് ദാനത്തിനെത്തിയിരുന്നു. കൂടെ ലേറ്റസ്റ്റ് പത്രാധിപർ അരവിന്ദൻ മാണിക്കോത്തും സുഹൃത്ത് നാരായണനും (ബോസ്) ഉണ്ടായിരുന്നു. ടാഗോർ സെന്റിനറിഹാൾ നിറഞ്ഞിരുന്നു. തിരക്കഥയെക്കുറിച്ചും സിനിമയെക്കുറിച്ചും എല്ലാവരും പറയുന്നതു കേട്ടു. കൂട്ടത്തിൽ സിനിമയുടെ കലാമൂല്യത്തെക്കുറിച്ചാണ് സേതുസാർ പറഞ്ഞത്. ഫ്രെയിമിലെ ഷോട്ടുകളെക്കുറിച്ച്. അപ്പോൾ എന്റെ അറ അദ്ദേഹം ചെയ്താലുള്ള ക

ലാവിരുന്നുനെക്കുറിച്ച് ഞാനേറെ സങ്കൽപ്പിച്ചു. മോഹിച്ചു. മോഹങ്ങൾ ബാക്കിയായി അറ ഇന്നും തിരക്കഥാരൂപത്തിൽത്തന്നെ കിടക്കുന്നു. അതിനിടയിൽ ഓരോരുത്തരായി പടിയിറങ്ങിപ്പോകുന്നു. ആദരാഞ്ജലികൾ.

എന്റെ ഒരു പുസ്തകത്തിന് ജമാൽ കൊച്ചങ്ങാടി എഴുതിയ അവതാരികയിൽ ഇങ്ങനെ പറയുന്നു. തോറ്റവരുടെ കഥയെക്കുറിച്ചെഴുതാനാണ് സുറാബിന് താൽപ്പര്യം. അതെ. തോൽക്കുന്നതാണ് ജീവിതത്തിലെ ഏറ്റവും വലിയ സുഖം. ഒരാൾ തോൽക്കുമ്പോൾ അപ്പുറത്ത് രണ്ടുപേർ ജയിക്കുന്നു.

പ്രിയപ്പെട്ട കാലവും പ്രിയപ്പെട്ട ലോകവും

ബ്രിട്ടീഷുകാർ കൊണ്ടുവന്ന പരിഷ്ക്കാരമാണ് അക്കാലത്തെ പട്ടേലിക്ക. ഓരോ പ്രദേശത്തേയും പ്രമുഖരായ പ്രമാണിമാരെ കണ്ടെത്തി നികുതി പിരിക്കുന്നതിനുള്ള അധികാരം. അത് പിരിക്കുന്നത് അവരുടെ കീഴിലുള്ള ഉഗ്രാണിയാണ്. മാത്രമല്ല, ഇവർക്ക് മജിസ്ട്രേറ്റ് പദവിയും കൊടുത്തിട്ടുണ്ട്. ക്രിമിനൽ സ്വഭാവമല്ലാത്ത ചെറിയ കേസുകൾ ഒതുക്കിതീർക്കാനുള്ള അധികാരം. അത്തരം പട്ടേലിക്കമാരെയാണ് പട്ടേലർ എന്നറിയപ്പെടുന്നത്. മാലോം പട്ടേലർ. ബേളൂർ പട്ടേലർ. കരിമ്പിൽ പട്ടേലർ. കോട്ടപ്പുറം പട്ടേലർ. തൈക്കടപ്പുറം പട്ടേലർ. ഇങ്ങനെ വിവിധ പട്ടേലന്മാർ അധികാരം കൊണ്ടനാടാണ് നീലകണ്ഠേശ്വരം എന്ന നീലേശ്വരം. അക്കൂട്ടത്തിലുള്ള മറ്റൊരു പട്ടേലറായിരുന്നു ഏറെ അറിയപ്പെട്ട പട്ടേലർ മാമുഞ്ഞി. അദ്ദേഹത്തിന്റെ കൊച്ചു മകനാണ് അതേപേരിൽ ഇന്നറിയപ്പെടുന്ന കഥാകൃത്ത് മുഹമ്മദ്കുഞ്ഞി നീലേശ്വരം. എന്റെ കളിക്കൂട്ടുകാരനാണ്. ഞങ്ങൾക്ക് അവൻ സി.എച്ച് ആണ്. ചിറമ്മൽ തറവാടിന്റെ ഇനീഷ്യൽ.

അന്ന് ഒഴിഞ്ഞു കിടക്കുന്ന മഞ്ഞൻവളപ്പിലാണ് പലരും കുട്ടിക്കാലത്ത് സൈക്കിൾ ചവിട്ടാൻ പഠിച്ചത്. ഞങ്ങളും പഠിച്ചു. വളർന്നപ്പോൾ മഞ്ഞൻവളപ്പ് ഞങ്ങൾക്ക് ഫുട്ബോൾ ഗ്രൗണ്ടായി. പിന്നേയും ഞങ്ങൾ വളർന്നു. സി.എച്ച് കഥയും ഞാൻ കവിതയും എഴുതിത്തുടങ്ങി. അക്കാലത്ത് കൊച്ചിയിൽ ഒരു മാസികയുണ്ട്. ഹിമ്മത്ത്. അതിലാണ് എന്റെ ആദ്യകവിത അച്ചടിച്ചു വന്നത്. സി.എച്ച്. അതിനു മുമ്പേ ബാലപംക്തിയിലൊക്കെ എഴുതുന്നുണ്ട്. പിന്നീട് മലയാളനാട്, കേരളശബ്ദം എന്നിവയിലൊക്കെ നിരന്തരം എഴുതിക്കൊണ്ടിരുന്നു. ആയിടെയാണ് ഞങ്ങൾക്കു നാടുവിടേണ്ടി വന്നത്. പ്രവാസിയാകേണ്ടി വന്നത്. അതിനുമുമ്പ് നാട്ടിൽത്തന്നെ പല ജോലിയും അന്വേഷിച്ചു. ഒരിക്കൽ മരുന്നു കമ്പനിയിൽ ആളെ എടുക്കുന്നുണ്ടെന്നു കേട്ടു. നാട്ടുകാരനായ അന്നത്തെ ആരോ

ഗൃവകുപ്പു മന്ത്രിയെപ്പോയി കണ്ടു. എന്തോ, ഭാഗ്യം ഞങ്ങളെ ആ വഴിക്കും തുണച്ചില്ല. ആ സമയത്താണ് ഞങ്ങൾക്ക് മോഹഭംഗം പിടിപെട്ടത്. സി.എൽ. ജോസും കാലടി ഗോപിയും എൻ.എൻ.പിള്ളയും കെ.ടി.മുഹമ്മടുമൊക്കെ ആവാഹിച്ചത്. നാടകം.... നാടകം..... നാടകം. ജീവിതം മൊത്തം നാടകം. സൂര്യദാഹം, സ്വരരാഗസുധ, മാനിഷാദ, സൂര്യക്ഷേത്രം ഇതൊക്കെ മുഹമ്മദ്കുഞ്ഞി നീലേശ്വരം എഴുതിയ ഏകാങ്ക നാടകങ്ങളാണ്. എത്രയെത്ര വേദികളിൽ വേഷമിട്ടു. എത്രയെത്ര കയ്യടികളും പ്രോത്സാഹനങ്ങളും നേടി. അതിന്റെ തുടർച്ചയിലാണ് അവൻ മണൽഘടികാരവും, കാരുണ്യവും, വടക്കൻ ചിന്തകളും എഴുതിയത്. ഇയ്യിടെ കറുത്തപക്ഷി എന്ന ഒരു ഷോർട്ട് ഫിലിമും ചെയ്തു. ഒരുപാട് എഴുതി. ഒരുപാട് വായിച്ചു. ഞങ്ങൾ ഞങ്ങളുടെ നാടിനെ അറിഞ്ഞു. എന്നാൽ വടക്കിന്റെ ശാപംപോലെ നാട് ഞങ്ങളെ അറിഞ്ഞതേയില്ല.

പഴയ പട്ടേലർ തറവാട്. അവിടുത്തെ ഒരു രാത്രിയുടെ കഥ ഓർമ്മ വരുന്നു. അന്ന് ഞങ്ങളോടൊപ്പമുണ്ടായിരുന്ന ചിത്രകാരനായ കാനായി ദേവനെ ഒരു രാത്രികൊണ്ടു ഞങ്ങൾ പള്ളിയിൽ കൊണ്ടുപോയി. കേൾക്കുമ്പോൾ മതം മാറ്റാനാണെന്ന് തോന്നും. എന്നാൽ സംഭവം അതൊന്നുമല്ല. ഹൈസ്കൂളിലെ നാടകം കഴിഞ്ഞ് ദേവന് മാണിയാട്ടേക്ക് പോകാൻ ബസ്സില്ല. വീട്ടിലേക്കെത്താൻ കുറച്ചു ദൂരമുണ്ട്. വേറൊന്നും ആലോചിച്ചില്ല. രാത്രി ഞങ്ങൾ പഴയ പ്രതാപകാലത്തെ പട്ടേലർ തറവാടിന്റെ വരാന്തയിൽ കഴിച്ചുകൂട്ടി. നാടകം കഴിഞ്ഞ് നേരം വൈകിയാണ് എത്തിയത്. അതുകൊണ്ട് വീട്ടുകാരെ വിളിച്ചുണർത്തിയില്ല. പാതിര കഴിഞ്ഞു പുലരാറായി. ദേവന് ടോയ്‌ലറ്റിൽ പോണം. ഒന്നും ചിന്തിച്ചില്ല. അടുത്തുള്ള പള്ളിയിലേക്ക് അവനേയും കൊണ്ടുപോയി. സുബഹി ബാങ്കിന്റെ സമയമാണ്. മുക്രിച്ച ബാങ്ക് കൊടുക്കാനുള്ള ഒരുക്കത്തിൽ. അയാൾ ഞങ്ങളെ സൂക്ഷിച്ചു നോക്കി. ദേവനെ പ്രത്യേകിച്ചും. ഞങ്ങൾക്ക് വെപ്രാളമായി. അത് ഞങ്ങളുടെ വെറും തോന്നലായിരുന്നു. ദേവനല്ല, വിഷ്ണുവിനെ കൊണ്ടുപോയാലും ആരും ഒന്നും പറയാത്ത കാലം. ആർക്കും ഒന്നും തോന്നാത്ത കാലം. പ്രിയപ്പെട്ട ആ കാലത്തിലാണ് ഞങ്ങൾ ഇന്നും ജീവിക്കുന്നത്. പ്രിയപ്പെട്ട കാലമേ, പ്രിയപ്പെട്ട ലോകമേ, വന്ദനം.

സഖാക്കളേ മുന്നോട്ട്

ഒരുപാട് കളിസ്ഥലവും മൈതാനവും ഉണ്ടെങ്കിലും രാജാസ് ഹൈസ്കൂൾ ഗ്രൗണ്ടിലൂടെ ഒന്ന് വെറുതേ നടക്കാത്തവരായി ഇവിടെ ആരുമുണ്ടാകില്ല. ഇതിലൂടെ കടന്നുപോകുന്ന ട്രെയിൻ യാത്രക്കാരും കണ്ടിരിക്കും മൈതാനത്ത് പായുന്നവരെ. ഈ പായുന്നവരൊന്നും വെറുതെ പാഞ്ഞവരായിരുന്നില്ല. അവരൊക്കെ ഓടിയോടി പലയിടത്തും എത്തിയവരാണ്. പല ഉന്നത പദവിയിലും.

ക്രിക്കറ്റ് വരുന്നതിനു മുമ്പ് കബഡിയും വോളിബോളും ഫുട്ബോളുമായിരുന്നു നീലേശ്വരത്തിന്റെ പ്രധാന കളികൾ. വിദ്യാഭ്യാസവും ഉന്നത ബിരുദവും നേടിയവരെക്കാൾ സ്പോർട്സ് ക്വാട്ടയിൽ ജോലി നേടിയവരായിരിക്കും അധികവും. അത് ഈ നാടിന്റെ അഭിമാനമാണ്. കലാപരമായും കായികപരമായും നേടിയെടുത്തത്. പിന്നീട് ഫുട്ബോളിനായിമാത്രം വ്യവസായ പ്രമുഖനായ വിശ്വനാഥ മാളപ്പ പ്രഭുവിന്റെ നേതൃത്വത്തിൽ നീലേശ്വരം ടൗൺ ടീം ഉടലെടുത്തു. ടൗൺ ടീമിൽ കളിക്കുന്ന പല മാഷമ്മാരുമുണ്ട്. ക്ലാസ് കഴിഞ്ഞാൽ അവർ നേരെ ഗ്രൗണ്ടിലേക്ക് പായും. അവരോടൊപ്പം മാഷല്ലാത്തവരും കളിക്കും. എടുത്തുപറയാൻ ഒരുപാട് പേരുകളുണ്ട്. എസി ചന്ദ്രൻ, ബഹദൂർ ബാലൻ, അസീസ് കമ്മാടം, വിജയകുമാർ, കണ്ണൻ, സെയിദു, പാട്ടം രവി എന്നിങ്ങനെ നീണ്ടുപോകുന്നു ആ പേരുകൾ. കളിയിൽനിന്നും വളർന്ന് ഇന്ത്യൻ ടീമിലും ആർമിയിലും പോലീസിലുംവരെ കളിച്ചവർ. ചാത്തുട്ടി മാഷും ബാലൻ മാഷും പരിശീലകരും കളിക്കാരുമാണ്. അക്കൂട്ടത്തിൽ അവരോടൊപ്പം ഒരുകാലത്ത് ഞാനും കളിച്ചിരുന്നു. ബൂട്ടിട്ട കാലുകൊണ്ടുതന്നെ. ഇപ്പോഴും പണ്ടേ അറിയപ്പെടുന്ന റഫറിയായ ബാലൻ മാഷെ കാണുമ്പോൾ ഓർക്കുന്നത് കളിയെക്കുറിച്ചല്ല, മറിച്ച് മറ്റൊരു കലാരൂപത്തെക്കുറിച്ചാണ്.

സുറാബ്

ബാലൻ മാഷ്ക്ക് സ്വന്തമായി ഒരു ടൈപ്പ് റൈറ്റിങ് ഇൻസ്റ്റിററ്യൂ ട്ട് ഉണ്ടായിരുന്നു. ലളിത ടൈപ്പ് റൈറ്റിങ് ഇൻസ്റ്റിറ്റ്യൂട്ട്. ഞാനും അവിടെ ടൈപ്പ് പഠിക്കാൻ പോയിരുന്നു. എല്ലാ കുട്ടികൾക്കും മാ ഷ് ഒരുവിധം നല്ല മെഷീൻ കൊടുക്കുമ്പോൾ എനിക്ക് പഴയ തുരു മ്പ് പിടിച്ച മെഷീനായിരിക്കും തരിക. ഞാൻ തടിയനാണ്. എന്നും കോഴിക്കറിയും പത്തിരിയും തിന്നു വീർത്തവൻ. എന്റെ അടുത്തി രിക്കുന്നവരൊക്കെ ശോഷിച്ചവരും പച്ചവെള്ളംപോലും കിട്ടാത്ത വരുമാണ്. കണ്ടാൽ അങ്ങനെയേ തോന്നൂ. മാഷ്ക്കും അങ്ങനെ യാണ് തോന്നിയത്. തടിയൻമാർ ഊക്കുള്ളവരാണ്. ടൈപ്പ് പഠി ക്കുമ്പോൾ അതിന്റെ ലെറ്റർ ശക്തിയിൽ അമർത്തും. അപ്പോൾ മെ ഷീൻ കേടാവും. ടൈപ്പ് പഠിച്ചത് മാഷ്ക്ക് നല്ല ഓർമ്മയുണ്ട്. അതു കൊണ്ടാണ് പിന്നീട് പലപ്പോഴും മാഷ് മൈതാനത്ത് കളി നിയ ന്ത്രിക്കുമ്പോൾ ബൂട്ടിട്ട കാലുമായി പന്തുംകൊണ്ടു വരുന്ന എന്നെ കാണുമ്പോൾ ഒഴിഞ്ഞു മാറുന്നത്. തടിയന്റെ കാലാണ്. മാഷ്ക്ക് പേടിയുണ്ട്. ടൈപ്പ് കാലത്ത് മാഷ്ക്ക് തടിയന്റെ കയ്യായിരുന്നു പേ ടിയെങ്കിൽ കളിയിൽ കാലാണ്. ഓർക്കാനും ഓർത്തു ചിരിക്കാ നും ആഹ്ലാദിക്കാനും ഓരോരോ നേരമ്പോക്കുകൾ.

'എന്റെ മോൻ കോണാൻ കെട്ടാനും തുടങ്ങി...' പറഞ്ഞത് ഒരു കളിക്കാരന്റെ അമ്മയാണ്. കളിക്കാരൻ തന്നെയാണ് മൈതാനത്ത് ഇതുപറഞ്ഞു ചിരിപ്പിച്ചത്. സംഭവം ഇങ്ങനെ. കളിഡ്രസ് അണി യുംമുമ്പ് അടിയിൽ കോണകം പോലത്തെ കച്ച മുറുക്കി കെട്ടും. ഒരുതരം വാലുള്ള പട്ടംപോലെ. അങ്ങനെയുള്ള മകന്റെ പട്ടമാണ് അമ്മയ്ക്ക് കോണകമായത്. ഹൈസ്കൂൾ ഗ്രൗണ്ട് ഈ ദേശത്തി ന്റെ ചരിത്രമാണ്. ഓരോ കളിക്കാരനെയും വാർത്തെടുത്ത മണ്ണ്. സ്പോർട്സ് ദിനത്തിൽ പല സ്കൂളിൽനിന്നും എത്തിയ കുട്ടികൾ ഓടുമ്പോഴും ചാടുമ്പോഴും അമ്പുവേട്ടന്റെ മൈക്കിൽ 'സഖാക്ക ളേ മുന്നോട്ട്, മുന്നോട്ട് മുന്നോട്ട് മുന്നോട്ട്' എന്നു പാടുന്നുണ്ടാ കും. ആ പാട്ടിന്റെ ആവേശത്തിൽ മൈതാനത്തിട്ട കുമ്മായവരകൾ പോലും എഴുന്നേൽക്കും. കുമ്മായപ്പൊടി ഉയരും. അന്ന് മൈതാ നം നിറയെ ആവേശവും ഗ്ലൂക്കോസും ഐസ്ക്രീമുമാണ്. ടീച്ചർ മാർ അവരുടെ ഓരോ കുട്ടികളെയും എത്ര സൂക്ഷ്മമായാണ് പരി പാലിക്കുന്നത്. നാളത്തെ ഭാവി കളിക്കാരെ വാർത്തെടുക്കാൻ.

കാലം ഒരുപാട് കടന്നുപോയി. മൈതാനത്തിന്റെ അരികുപറ്റി

ചാഞ്ഞുപെയ്യുന്ന ഓർമ്മകൾ

നടന്നുപോകുമ്പോൾ ഇന്നലെ ആഞ്ഞെറിഞ്ഞ ഡിസ്ക്കസ് ത്രോയും കൂടുതൽ ഉയരത്തിലേക്ക് ചാടിയ പോൾവാൾട്ടും എന്നിലേക്ക് മടങ്ങിവരുന്നു. എവിടെയോ ഒറ്റപ്പെട്ട കയ്യടികൾ കേൾക്കുന്നു.

ഇടവഴിയിലൂടെ

രാജകുടുംബത്തിന്റെ വലിയമഠം. പണ്ട് രാജഭരണത്തിന്റെ ആലോചനകളും തീരുമാനങ്ങളും കൈക്കൊണ്ട കെട്ടിടം. ഇതിന്നും അതിന്റെ സ്മാരകമായി നിലകൊള്ളുന്നു. എറണാകുളം ഹുസൈൻ കോതാറത്ത് എന്ന ചിത്രകാരൻ കാൻവാസിലാക്കിയതാണ് പ്രസ്തുത ചിത്രം. പാണ്ടെപ്പോഴോ ഞാനെടുത്ത ഫോട്ടോ. പ്രിയപ്പെട്ട ചിത്രകാരാ, വായനയുടെ ഭൂപടത്തിൽ എന്നേയും എന്റെ നാടിനേയും ഇടവഴിയേയും വരച്ചുവെച്ചതിൽ സന്തോഷമുണ്ട്. ഒപ്പം നന്ദിയും സ്നേഹവും.

തൊട്ടടുത്താണ് തളിയിൽ ശിവക്ഷേത്രം. കാറ്റും ആലിലകളും തണലും ചേരുന്നിടം. ഈ വഴിയിലൂടെ ഞാനും എന്റെ കവിതകളും നടന്നു പോകുന്നു. മിക്ക ദിവസവും ആൽത്തറയിൽ പലരേയും കാണാം. വലിയ മഠത്തിന്റെ കൈത്തിണ്ണയിലും. ചിലപ്പോൾ അവരുടെ ഇരിപ്പും കിടപ്പും ഞാൻ മനസ്സാലെ ഒപ്പിയെടുക്കും. എല്ലാ മുഖത്തിനുമുണ്ട് പല പല ഭാവങ്ങൾ. ആ ഭാവത്തിലൊന്നും അഭിനയമോ ദാർശനികമോ ഉണ്ടാവില്ല. ജീവിതത്തിന്റെ തളർച്ചകളായിരിക്കും ഏറെയും. ഇതൊരു സമാധാനത്തിന്റെ ഇടവഴിയാണ്. ചിലർക്ക് ശാന്തിയുടെ. ഇതേ വഴിയിൽത്തന്നെയായിരുന്നു ജേസീസിയുടെ മിക്ക ആഘോഷങ്ങളും. ഒരിക്കൽ ജേസീസിയുടെ ആഘോഷത്തിൽ വെച്ചാണ് കേരളത്തിന്റെ ഗർജ്ജിക്കുന്ന സിംഹത്തെ ആദ്യമായി കണ്ടത്. സുകുമാർ അഴിക്കോടാണ് ആ സിംഹം. അപ്പുറത്ത് തേർവയൽ. വെടിക്കെട്ടും ജനത കലാസമിതിയുടെ നാടകവും അരങ്ങേറുന്ന സ്ഥലം. തമ്പ്രാൻ ഡോക്ടറുടെ ക്ലിനിക്ക്. വിജയലക്ഷ്മി ടാക്കീസ്. ഇവയെല്ലാം തൊട്ടുമുട്ടി നിൽക്കുന്നു. പണ്ടുള്ളതാണ് ഇന്നത്തെ ആഘോഷിക്കുന്നതിന്റെ പലതും. നഷ്ട സ്വപ്നങ്ങളുടെ കുളുർമ്മ.

നമുക്ക് ഒരു ലക്ഷ്യമുണ്ട്. പലർക്കും പലതുമാവാനുള്ള മോഹം.

നിരാശ വരുമ്പോൾ പലരും പറയും. 'സാരമില്ല'. സ്വയം ആശ്വാസം കണ്ടെത്താനുള്ള മറുവാക്ക്. ഇത്തരം എത്രയെത്ര സാരമില്ല ചേർന്നതാണ് ഒരാളുടെ ജീവിതം. ഈ ഇടവഴി എന്നെ പലയിടത്തും കൊണ്ടെത്തിക്കുന്നു. ഇവിടെ എല്ലാമുണ്ട്. മലയാളത്തിന്റെ ഒരു കവി പറഞ്ഞതുപോലെ, രണ്ടടി കുഴിക്കുമ്പോൾത്തന്നെ പൈതൃകവും സംസ്ക്കാരവും പൊങ്ങി വരുന്നു. അതിന് ഒരുപാട് ആഴങ്ങളിലേക്കൊന്നും പോകേണ്ട. സ്വാതന്ത്ര്യസമരവും കർഷകസമരവും ഊറ്റംകൊണ്ട നാട്. സമരപോരാളികളും രക്തസാക്ഷികളും മറിച്ചിട്ട മണ്ണ്. വിത്തുകൾ പാകിയ നിലം. ഈ മണ്ണ് ഇന്ന് ആരുടെയൊക്കെയോ കൈവശമാണ്. ആര് കൈകടത്തിയാലും കൊടികൾ ഉയരുകതന്നെ ചെയ്യും.

സർഗ്ഗവാസന വസന്തങ്ങൾ തീർത്ത തീരം. യാത്രക്കാരേയും കൊണ്ട് ഇതിലൂടെ കടന്നുപോകുന്ന ഓരോ തീവണ്ടിയും കൂകുകയല്ല, മറിച്ച് മറ്റേതോ താളത്തിൽ പാടുകയാണ്. കാവിലെ തുടിപ്പാട്ടിനോടൊപ്പം. വണ്ടി പോകുമ്പോൾ പക്ഷികളും കളകളാരവം മുഴക്കും. കാവിന്റെ തണൽമരത്തിൽ വിശ്രമിക്കുന്ന പക്ഷികൾ. ഓരോ മരത്തിലും വിവിധ പക്ഷികളുടെ തൂവലുകൾ കൊഴിഞ്ഞിട്ടുണ്ടാകും. ഇവിടെ വന്നിരുന്നു എന്നതിന്റെ തെളിവ്. പക്ഷികളും മനുഷ്യരും മരങ്ങളും ഈ മണ്ണിൽ കൂടുതൽ തഴച്ചു വളരുന്നു. ഔഷധവീര്യംപോലെ. അതൊരു പാരമ്പര്യമാണ്. പണ്ടേ നാട്ടുരാജാക്കന്മാരുടെ കാലത്തുതന്നെ അനുവദിച്ചു കിട്ടിയ സ്വാതന്ത്ര്യത്തിൽ. പേരിന്റെയും വേരിന്റെയും അടുപ്പത്തിൽ. ബലത്തിൽ.

ബാലപാഠങ്ങളുടെ വിദ്യാലയം

ഒരു നിലവിളിപോലെയായിരുന്നു എന്റെ ഒച്ച. അത്രയ്ക്കും ചുട്ടു പൊള്ളുന്നുണ്ടായിരുന്നു. അത് കേട്ട് അപ്പോൾ മറുതലയ്ക്കൽനിന്ന് പെങ്ങൾ പറഞ്ഞു. 'ഒട്ടും വിഷമിക്കേണ്ട. മാതൃഭൂമിയിൽനിന്ന് നിന്റെ മണിയോർഡർ വന്നിട്ടുണ്ട്...' ആശ്വാസം. ചുട്ടു പൊള്ളുന്ന വാക്കുകൾക്കുമേൽ കിണറ്റിലുള്ള മൊത്തം വെള്ളം കോരി ഒഴിച്ചതുപോലെ. പെട്ടെന്ന് അതൊരു കുളുർമ്മയായി. സമാധാനമായി.

നഗരത്തിലെ ജീവിതം. ഒപ്പം കുടുംബമുണ്ട്. വീട്ടുവാടക, സ്കൂൾഫീസ്, ആശുപത്രി, മരുന്ന്, കറണ്ട് വെള്ളം ഫോൺ. എല്ലാം കഴിഞ്ഞു ഒന്നും ബാക്കിയാവുന്നില്ല. നോമ്പു കാലമാണ്. എവിടെയായാലും ഉമ്മയ്ക്ക് പെരുന്നാളിനു ഒരു തട്ടമെങ്കിലും ഞാൻതന്നെ വാങ്ങിക്കൊടുക്കണം. അതുപോലെ സ്ഥിരം തേക്കുന്ന എണ്ണയും കുഴമ്പും. ഒരു രക്ഷയുമില്ല. ഈ മാസം അയക്കാൻ കയ്യിൽ ഒന്നുമില്ല. അതാണ് ഫോണിലൂടെ പെങ്ങളോട് ഉരുകിയത്. അതിനാണ് മാതൃഭൂമി കിണർ വെള്ളംപോലെ തണുപ്പിച്ചത്. ആശ്വാസം. ഏതവസ്ഥയിലായാലും എഴുത്തുകാരന്റെ നിസ്സഹായത അക്ഷരങ്ങൾ നിർവ്വഹിക്കും. നാം അറിയാതെ പരിഹരിക്കുന്ന സഹായം.

ചെറുപ്പത്തിലേ വായിക്കുമായിരുന്നു. പത്തോളം വായനശാലകളുണ്ട് നാട്ടിൽ. അതിലൊക്കെ നിറയെ പുസ്തകങ്ങളും. നാടകക്കാരാണ് ചുറ്റും. ഒപ്പം കലാസമിതികളും. 75 ലോ മറ്റോ മാതൃഭൂമി ആഴ്ചപ്പതിപ്പിൽ പ്രശസ്തരുടെ 'ആദ്യത്തെ കഥ' എന്നൊരു പംക്തിയുണ്ടായിരുന്നു. ആദ്യമെഴുതിയ കഥയും അതിന്റെ പരിസരവും എഴുത്തുകാരന്റെ അനുഭവവും പറയുന്ന പംക്തി. അന്ന് ആരാണ് ആഴ്ചപ്പതിപ്പിന്റെ പത്രാധിപരെന്ന് അറിയില്ല. പുനത്തിൽ കുഞ്ഞബ്ദുള്ളയുടെയും എം.മുകുന്ദന്റെയും ആദ്യത്തെ കഥ വളരെ ആവേശത്തോടെ നേതാജി വായനശാലയിലിരുന്നു വായിച്ചു തിളച്ചത് ഇന്നും ഓർക്കുന്നു. അതുപോലെ ജനയുഗം വാരികയിൽ പോലീസ് ഓഫീസർ ഹക്കീം ബത്തേരിയുടെ 'കള്ളന്മാരുടെ കൂ

ടെ' എന്നൊരു കോളവുമുണ്ടായിരുന്നു. ഇത് രണ്ടുമാണ് അക്കാല ത്തെ എന്റെ വായനയുടെ ഏറ്റവും വലിയ ത്രില്ല്. ഇപ്പോൾ അറി യുന്നു ആഴ്ചപ്പതിപ്പിന്റെ അന്നത്തെ പത്രാധിപർ എൻ.വി.കൃഷ് ണവാര്യർ ആയിരുന്നു എന്ന്. കൂടെ എം.ടി.വാസുദേവൻ നായരും ഉണ്ടായിരുന്നു. പിന്നെ പതുക്കെ വായനയോടൊപ്പം എന്തൊക്കെ യോ കുത്തിക്കുറിക്കാൻ തുടങ്ങി. അതിൽ ചിലതൊക്കെ ബാലപം ക്തിയിലും ബാലപ്രസിദ്ധീകരണങ്ങളിലും അച്ചടി പുരണ്ടു. അച്ച ടിക്ക് വകയില്ലാത്തത് തിരിച്ചു വന്നു. അന്നേ മടങ്ങിവരുന്ന പത്രാ ധിപരുടെ ഖേദക്കുറിപ്പിനു ഒരു സുഖമുണ്ട്. കാത്തിരിപ്പിനിടയിൽ വരുന്ന തപാൽ കാർഡ്. കുട്ടേട്ടന്റെ പ്രയാസപ്പെട്ടു വായിച്ചെടുക്കേ ണ്ട കയ്യക്ഷരമായിരിക്കും കാർഡിൽ. കുട്ടേട്ടൻ ആരാണെന്ന് അറി യില്ല. അറിഞ്ഞു വന്നപ്പോഴാവട്ടെ എഴുത്തു ജീവിതത്തിൽ വലി യൊരു വിളക്കായിത്തീർന്നു. അത് കുഞ്ഞുണ്ണി മാഷായിരുന്നു. പി ന്നെ മാഷെ കാണാൻ ഇടയ്ക്കിടെ തീവണ്ടി യാത്ര. ടിക്കറ്റെടുക്കാൻ കാശില്ല. ദൂരെയുള്ള മൂത്തമ്മയുടെ പറമ്പിൽ പോയി കശുവണ്ടി പെറുക്കി വിറ്റു ടിക്കറ്റെടുക്കും. കവിതയുടെ ഭ്രാന്ത്മൂലം അതിരാ വിലെ പോകുന്ന തീവണ്ടിയിൽ. പറഞ്ഞിട്ടെന്ത്? എഴുതിക്കൊണ്ടു പോകുന്ന എല്ലാ കവിതകളും വായിച്ചുകഴിഞ്ഞു ശരിയായില്ലെന്നു പറയും. ഇങ്ങനെ മുഷിഞ്ഞ വാക്കുകേട്ട് ഓരോ യാത്രയും കഴി ഞ്ഞു മടങ്ങി വരുമ്പോൾ മാഷെ ശപിക്കും. എത്ര ദൂരെനിന്നാണ് കവിതയുമായി നീലേശ്വരത്തുനിന്നും കോഴിക്കോട്ടേക്ക് വണ്ടിക യറിയത്. അതും വെളുപ്പിന്. തിരിച്ചെത്തുമ്പോഴേക്കും അന്തിയാ കും. എന്നിട്ട് മാഷ് പറയുന്നു, കവിത മാറ്റി എഴുതാൻ. അന്ന് മൊ ബൈലും ഡേറ്റയുമൊന്നുമില്ലല്ലോ. ക്ഷീണിച്ച യാത്രയല്ലാതെ.

അങ്ങനെ മായിക്കലും തിരുത്തലും മുന്നേറിക്കൊണ്ടിരുന്നു. അ തൊരു പരിശീലനമായിരുന്നു. മാതൃഭൂമി ബാലപംക്തിയിലൂടെ കൈ വന്ന കളരി. അതിനിടയിൽ ഞാൻ വളർന്നു. ജീവിക്കാൻവേണ്ടി നാടുവിട്ടു. പിന്നീട് എന്തെഴുതിയാലും കുഞ്ഞുണ്ണി മാഷ്ക്ക് അയ ച്ചു കൊടുക്കും. അഭിപ്രായം തേടും. അങ്ങനെയാണ് 1987 ഡിസം ബർ 20 മാതൃഭൂമി ആഴ്ചപ്പതിപ്പിന്റെ മുഖ്യധാരയിൽ ആദ്യമായി 'നാലുവിരലുകൾ' എന്ന കവിത പ്രസിദ്ധീകരിച്ചു വന്നത്. അന്ന് ആഴ്ചപ്പതിപ്പിന്റെ പത്രാധിപർ കെ.സി.നാരായണൻ ആയിരുന്നു. അപ്പോഴേക്കും മറ്റു സമാന്തര പ്രസിദ്ധീകരണങ്ങളിലും കവിത വ ന്നുകൊണ്ടിരുന്നു. പിന്നീട് ശരിക്കും മാതൃഭൂമിയിൽ സജീവമായ

ത് പീരിയോഡിക്കൽസിലേക്കുള്ള എംടിയുടെ രണ്ടാം വരവോടു കൂടിയാണ്. മലയാളത്തിന്റെ ആ മഹാവൃക്ഷത്തണലിൽ. എഴുത്തിന്റെ രീതിയും ശൈലിയും ഭാഷയുടെ സൗന്ദര്യവും ഏറെ അറിഞ്ഞു. ഏറെ അനുഭവിച്ചു. ആയിടെ 1990 ൽ ചിത്രഭൂമിയും സെവൻ ആർട്ട്സും ചേർന്നു ഒരു തിരക്കഥാമത്സരം നടത്തിയിരുന്നു. പാരമ്പര്യമുള്ള പ്രശസ്തമായ ഒരു പത്രസ്ഥാപനവും ഒരു ചലച്ചിത്ര നിർമ്മാണ വിതരണസ്ഥാപനവും ചേർന്നു നടത്തിയ തിരക്കഥാ മത്സരം. 600 തിരക്കഥയിൽനിന്ന് എന്റെ 'അറ' ക്കായിരുന്നു സമ്മാനം കിട്ടിയത്. സമ്മാനം വാങ്ങാൻ പോയപ്പോഴായിരുന്നു എംടിയെ വളരെ അടുത്തുനിന്നു കണ്ടത്. മാതൃഭൂമി കെട്ടിടത്തിലെ അദ്ദേഹത്തിന്റെ കേബിനിൽവെച്ച്. മറ്റൊരിക്കൽ (1997) ഒരു കഥയുടെ വൺലൈൻ അയച്ചു കൊടുത്തു തിരക്കഥയുടെ സാദ്ധ്യത ആരാഞ്ഞപ്പോൾ അത് നോവലാക്കാനായിരുന്നു ഉപദേശിച്ചത്. അതുവരെ കവിതയും ചെറിയ കഥകളും എഴുതിയിരുന്ന ഞാൻ എംടിയുടെ മഹാവാക്കുകേട്ട് അമ്പരപ്പോടെ ആദ്യമായി എഴുതിയ നോവലാണ് അഞ്ചില്ലം. എഴുതി പൂർത്തിയാക്കി വായനയ്ക്ക് അയച്ചു കൊടുത്തപ്പോൾ എംടി ആ വർഷം ജ്ഞാനപീഠം കിട്ടിയതിന്റെ തിരക്കിലായി. എന്നിട്ടും, ആ തിരക്കിലും നോവൽ വായിച്ചു അദ്ദേഹം മറുപടി എഴുതി. 'അഞ്ചില്ലം നന്നായിട്ടുണ്ട്. ഉടനെ ആഴ്ചപ്പതിപ്പിൽ പ്രസിദ്ധീകരിക്കുന്നു'. എഴുത്തിന് ആദ്യമായി കിട്ടിയ പുരസ്ക്കാരം എംടിയുടെ കത്താണ്. അതൊരിക്കലും തുരുമ്പ് പിടിക്കാതെ ഇന്നും ഹൃദയത്തിൽ സൂക്ഷിക്കുന്നു.

എംടി മാതൃഭൂമി വിട്ടപ്പോൾ ആഴ്ചപ്പതിപ്പിന്റെ ചുമതല എ.സഹദേവനായിരുന്നു. പിന്നെ വന്നത് ടി.ബാലകൃഷ്ണൻ. ഈ സമയത്താണ് (1999) രണ്ടാമത്തെ നോവൽ 'പുതുമന' ആഴ്ചപ്പതിപ്പിൽ ഖണ്ഡശ്ശ പ്രസിദ്ധീകരിച്ചു വന്നത്. പിന്നീട് മാതൃഭൂമി ആഴ്ചപ്പതിപ്പിലും പുതുവത്സരപ്പതിപ്പിലും വാർഷികപ്പതിപ്പിലും ഓണപ്പതിപ്പിലും കഥയും കവിതയും മുറക്ക് എഴുതിക്കൊണ്ടിരുന്നു. കവിതയുടെ ബാലപാഠത്തിൽനിന്നു നോവലിലേക്കും കഥയിലേക്കും കൈപിടിച്ചുയർത്തിയ മാതൃഭൂമിയിലൂടെ. അതിന്റെ സാരഥിയിലൂടെ. ഇതിനിടയിൽ നേരത്തേ വായനയിലൂടെ മാത്രം അറിഞ്ഞിരുന്ന എംടി യുടെ സഹപത്രാധിപാരായ ശത്രുഘ്നൻ, കെ.ശ്രീകുമാർ എന്നിവരേയും നേരിട്ട് പരിചിതമായി. അവരുടെ പ്രോത്സാഹനവും തിരുത്തും എഴുത്തിൽ ആവേശമായി. ആ കാലത്തുള്ള എക്സി

ക്യൂട്ടീവ് എഡിറ്റർ വി.രാജഗോപാൽ, കെ.വി. രാമകൃഷ്ണൻ, പി. ബി. ലൽക്കാർ, ടി.സുരേഷ് കുമാർ, കെ.വി.അനൂപ് ആർട്ടിസ്റ്റ് മദനൻ, ജെ.ആർ.പ്രസാദ്, ബി.എസ്. പ്രദീപ് കുമാർ മറ്റു ഡസ്ക്കിലുള്ള പ്രിയ സുഹൃത്തുക്കൾ എല്ലാവരേയും ആദരവോടെ, സ്നേഹത്തോടെ ഓർക്കുന്നു. ഏറെക്കാലങ്ങൾക്കു ശേഷം 2013 ജനുവരി 27 നു ഇറങ്ങിയ ലക്കത്തിൽ 'എന്റെ പുസ്തകം' എന്ന കോളത്തിൽ എംടിയുടെ എക്കാലത്തേയും മാസ്റ്റർപീസായ മഞ്ഞിനെക്കുറിച്ച് 'ആവിഷ്ക്കാരത്തിലെ അത്ഭുതം' എന്ന ശീർഷകത്തിൽ എഴുതാൻ ഭാഗ്യം കിട്ടി. കമൽറാം സജീവിനായിരുന്നു അന്ന് ആഴ്ച്ചപ്പതിപ്പിന്റെ ചുമതല.

ഒരിടവേളയിൽ ദുബായിൽ ഹ്രസ്വസന്ദർശനെത്തിയ എം.പി.വിരേന്ദ്രകുമാർ സാറിനോട് ഞാൻ ചോദിച്ചു. 'എന്തായി സാർ, സമ്മാനം കിട്ടിയ അറ. അത് സിനിമയാകുന്നുണ്ടോ....?'

സിനിമയായി വരണമെന്നാണ് ഞാനും ആഗ്രഹിക്കുന്നത്. അതിന്റെ വിശദ വിവരങ്ങളൊക്കെ എം ടിക്കേ അറിയൂ. അദ്ദേഹത്തിന്റെ സ്വതസിദ്ധമായ മറുപടി കേട്ട് ഞാൻ സന്തോഷിച്ചു. ആഹ്ലാദിച്ചു. 1991 ൽ ടാഗോർ സെന്റിനറി ഹാളിൽ നിറഞ്ഞ ആൾക്കൂട്ടങ്ങൾക്കും കയ്യടികൾക്കുമിടയിൽ തിരക്കഥയ്ക്ക് ചിത്രഭൂമിയുടെ അവാർഡ് സമ്മാനിച്ചത് മാനേജിങ് എഡിറ്ററായ ബഹുമാനപ്പെട്ട വിരേന്ദ്രകുമാർ സാറായിരുന്നു. ആ ചടങ്ങിൽ എഴുത്തുകാരും അഭിനേതാക്കളും നിർമ്മാതാക്കളും ബഹുമുഖ വ്യക്തിത്വങ്ങളും ഉണ്ടായിരുന്നു. കാലം ഏറെ കഴിഞ്ഞു. അറ ഇന്നും സിനിമയായില്ല. വിരേന്ദ്രകുമാർ സാർ കാലയവനികയ്ക്കുള്ളിൽ മറഞ്ഞു. മാതൃഭൂമിയുടെ കരുത്തും വെളിച്ചവും. ആ പാവന സ്മരണയ്ക്കു മുന്നിൽ കെടാതെ ഒരു തിരി കത്തിച്ചു വെയ്ക്കുന്നു. പ്രണാമം.

എഴുത്തുകാരും എഴുത്തച്ഛന്മാരും

എഴുത്ത് മരംചാട്ടംപോലെയാണ്. ഏതറ്റംവരേയും ചാടാം. വീണ്ടും തറയിലേക്കിറങ്ങാം. കൊമ്പ് കുലുക്കാം. കൊഞ്ഞനം കുത്താം. ഇങ്ങനെ ജംപ് ചെയ്ത് എഴുത്തിന്റെ ബാലൻസ് നിലനിർത്താൻ കഴിയണം.

ഞാനൊരു എഴുത്തുകാരനായത് ഞാൻപോലും അറിയാതെയാണ്. കുടുംബത്തിൽ സാഹിത്യകാരന്മാരായി ആരുമുണ്ടായിരുന്നില്ല. അതുകൊണ്ട് വേണ്ടത്ര പ്രോത്സാഹനം ആരും തന്നതുമില്ല. പോയത്തങ്ങളും കേട്ടുകേൾവികളും നിറഞ്ഞ നാട്ടുപ്രദേശം. തീർത്തും പച്ചപ്പിന്റെ മണ്ണ്. മണ്ണിന്റെ മണമുള്ള മനുഷ്യർ. ചുറ്റും കുപ്പായമിടാത്ത കഥാപാത്രങ്ങൾ. നാട്ടിൻപുറത്ത് അന്ന് എഴുത്തുകാരും എഴുത്തച്ഛന്മാരും ഉണ്ടായിരുന്നില്ല. ഉണ്ടായത് ബീഡിത്തൊഴിലാളികളും നെയ്ത്തുകാരും നാടകക്കാരുമായിരുന്നു. എന്റെ ജന്മസ്ഥലം ഒരു നാടക ഭൂമിയാണ്. അക്കാലത്താണ് പ്രശസ്ത നാടകപ്രവർത്തകരായിരുന്ന ജി.ശങ്കരപ്പിള്ളയെയും പി.കെ.വേണുക്കുട്ടൻനായരെയും ആദ്യമായി കണ്ടത്.

കുട്ടിക്കാലത്ത് വായനശാലയിലൊക്കെ പോകുന്നത് വലിയ തെറ്റാണ്. സ്വഭാവവും ജീവിതരീതിയും മാറിപ്പോകുമെന്നുള്ള കുടുംബക്കാരുടെ ആധി. ഒരിക്കൽ ഉമ്മ പറഞ്ഞു. 'നീ കാര്യമ്പുവിനെക്കുറിച്ചെഴുതിയത് നാട്ടിൽപ്പാട്ടാണ്. എന്തിനാണ് മോനേ, ഇങ്ങനെയൊക്കെ എഴുതുന്നത്?' അന്നേ ഉമ്മയ്ക്ക് എഴുത്ത് ഭയമാണ്. നാട്ടുകാരുടെ അതുമിതും പറച്ചിൽ കേട്ട്. വാസ്തവത്തിൽ കാര്യമ്പുവിനെക്കുറിച്ച് എന്താണെഴുതിയത്? ഒന്നും എഴുതിയില്ല. അയാളൊരു ബീഡിത്തൊഴിലാളിയാണ്. ഒരംഗവൈകല്യക്കാരൻ. വയ്യായ്കയിലും ജീവിതത്തെ എത്ര കരുതലോടെയാണ് കൊണ്ടുപോകുന്നത്. കാര്യമ്പു ഒരു തണലാണ്. അയാളുടെ കുടുംബത്തിലെ ഒരുപാടുപേരുടെ.

ചാഞ്ഞുപെയ്യുന്ന ഓർമ്മകൾ

മറ്റൊരിക്കൽ ഉമ്മ പറഞ്ഞു. 'അസുഖം വന്നാൽ മരുമക്കളേയും കൊണ്ട് ആശുപത്രിയിൽ പോകാൻ വയ്യ. അപ്പോൾ ഡോക്ടർ ചോദിക്കും. മോൻ സാഹിത്യകാരനാണ് അല്ലേ? അതാണ് മരുമക്കൾക്കൊക്കെ ഇത്രയും നല്ല പേര്...' അങ്ങനെ പേരിലെങ്കിലും കാവ്യാത്മകം ദർശിച്ചതിൽ ആ ഭിഷഗ്വരനോട് വലിയ നന്ദിയുണ്ട്. ഇതുവരെ ഞാനെഴുതിയതൊന്നും അങ്ങേര് വായിച്ചില്ലെങ്കിലും മരുമക്കൾക്കിട്ട പേരെങ്കിലും ശ്രദ്ധിച്ചല്ലോ. സന്തോഷായി.

വളരെ സ്വാതന്ത്ര്യത്തിലും ആഘോഷത്തിലും വളർന്നവനാണ് ഞാൻ. ദാരിദ്ര്യം, വിശപ്പ് ഇതൊന്നും കുട്ടിക്കാലത്ത് അറിഞ്ഞിരുന്നില്ല. അറിഞ്ഞതാവട്ടെ, നാടുവിട്ടു മറ്റൊരു രാജ്യത്ത് കുടിയേറിയപ്പോഴായിരുന്നു. മറുനാടൻ ജീവിതം ഒരു വലിയ പാഠശാലയാണ്. എല്ലാം തനിയെ സ്വായത്തമാക്കാനുള്ള സർവ്വകലാശാല. അവിടെ നാടുവിട്ടുവരുന്ന എല്ലാ പരദേശികളും ഒറ്റയ്ക്കാണ്. ഈ ഒറ്റപ്പെടൽമൂലമാണ് മിക്ക പരദേശികളും പിന്നീട് വലിയ വായനക്കാരായിത്തീരുന്നത്. ജയിലിൽ കിട്ടുന്നതുപോലെ പരദേശ വാസത്തിലും ഒരു പുതപ്പുണ്ടാകും. അതിനുള്ളിലായിരിക്കും അവന്റെ എല്ലാ രാപ്പനികളും. കണ്ണീരും കാഴ്ച്ചകളും വിരഹവും വേദനയും മൂടിവെയ്ക്കുന്ന ഒളിത്താവളം. ഈ കാത്തിരിപ്പിനിടയിൽ ചിലപ്പോൾ അവന്റെ സ്വപ്നങ്ങൾ പുതപ്പ് ചാടും. കുറ്റവാളികൾ ജയിൽ ചാടുംപോലെ.

നാടുവിടുമ്പോൾ കുറേശ്ശ എഴുതുമായിരുന്നു. അത് മൂർച്ചിച്ചതും രോഗമായതും മരുഭൂമിയിലെ വെയിൽ കൊണ്ടായിരുന്നു. അങ്ങനെ മണൽവാസം എഴുത്തുമുറിയായി. വായനയിൽ സ്വന്തം ഭാഷ ചേർത്തു പിടിക്കുമ്പോൾ ജീവിതത്തിൽ മറ്റു ഭാഷകളാണ് സംസാരിച്ചുകൊണ്ടിരുന്നത്. അത് ജീവിതത്തിന്റെ ഭാഗമാണ്. ജോലി അങ്ങനെയായിരുന്നു. പല ഭാഷകൾ സംസാരിക്കേണ്ടി വരുന്ന ടെലിഫോൺ ഒപ്പറേറ്റർ. ഈ ഭാഷകൾക്കിടയിൽ ഞാനെന്റെ ഭാഷയിൽ ഒരുപാട് എഴുതി. അതൊക്കെ കഥയായി, കവിതയായി, നോവലായി, തിരക്കഥയായി, അനുഭവമായി. എല്ലാം കേട്ടറിഞ്ഞത്. കണ്ടറിഞ്ഞത്.

വർഷങ്ങൾക്കുശേഷം കൊടുംവേനലും തണുപ്പും കഴിഞ്ഞ് തിരിച്ചെത്തിയപ്പോൾ നാടും വിലാസവും മാറിപ്പോയി. ഞാനെപ്പോഴും കുടിയേറ്റക്കാരൻ തന്നെ. അതുകൊണ്ടാണ് ഒരു ബഹളത്തി

ലും എനിക്കെന്നെത്തന്നെ കാണാൻ കഴിയാത്തത്. ചുറ്റും ഒരുപാട് സംഘടനകളുണ്ട്. അവരുടെയൊക്കെ സംഘട്ടനത്തിൽപ്പെട്ട് പരിക്കൊന്നും കൂടാതെ ഇങ്ങനെ ഒരുവിധം ജീവിച്ചു പോകുന്നു. എഴുത്തുകാരെയും എഴുത്തച്ഛന്മാരെയും എനിക്ക് വലിയ പേടിയാണ്. അവർ നടത്തുന്നതൊക്കെ കവിയരങ്ങാണെന്നു അവർ പറയുന്നു. കൂട്ടംകൂടി പരദൂഷണം പറയുന്നതും അവർക്കു കവിയരങ്ങാണ്. പഴയ തലമുറയുടെ സൗഹൃദമൊന്നും പുതിയവർക്കില്ല. എം ടി, കുഞ്ഞുണ്ണിമാഷിനെപ്പോലെയുള്ളവരുടെ സ്നേഹം, വാത്സല്യം കിട്ടിയിട്ടുണ്ട്. അതൊക്കെ വലിയ നേട്ടങ്ങളാണ്. സമ്പാദ്യമാണ്. എഴുത്തിൽ കിട്ടിയ തലോടൽ. ഞാനൊരിക്കൽ എം. മുകുന്ദനോട് പറഞ്ഞു. 'മുകുന്ദേട്ടാ, നിങ്ങൾ സൃഷ്ടിക്കുന്ന കഥാപാത്രങ്ങളൊക്കെ എനിക്കെന്റെ ബന്ധുക്കളായി തോന്നുന്നു. ഗ്രാമത്തിലും നഗരത്തിലും ജീവിക്കുന്ന മനുഷ്യജന്മങ്ങൾ...'

പുസ്തകങ്ങളാണ് എന്റെ ചങ്ങാതി. അതൊരിക്കലും ചതിക്കില്ല. പല കാരണങ്ങളാൽ ചുറ്റുപാടുകൾ എന്നെ തളർത്തുമ്പോൾ പുസ്തകം എന്നെ ആശ്വസിപ്പിക്കും. ചേർത്തുപിടിക്കും. പുസ്തകങ്ങൾക്കിടയിൽ വായനശാലയിലാണ് എന്റെ അസ്തിത്വം.

www.ingramcontent.com/pod-product-compliance
Lightning Source LLC
LaVergne TN
LVHW060149051026
849517LV00007B/2597